भगवान बुद्ध

जीवन चरित्र आणि निर्वाण अवस्था

'विचारनियम' या बेस्टसेलर पुस्तकाचे रचनाकार

सरश्री

सकाळ प्रकाशन

सकाळ प्रकाशन

Bhagwan Buddha - Jeevan Charitra Aani Nirvan Avastha
by Sirshree Tejparkhi
First published in Marathi by Sakal Papers Pvt. Ltd.
by arrangement with Tejgyan Foundation

भगवान बुद्ध

जीवन चरित्र आणि निर्वाण अवस्था

सरश्री

प्रथम आवृत्ती : जुलै २०१७

तिसरी आवृत्ती : सप्टेंबर २०१८

अक्षरजुळणी आणि मांडणी

अश्विनी महाजन

मुखपृष्ठ

मधुमिता शिंदे

प्रकाशक

सकाळ मीडिया प्रा. लि.
५९५, बुधवार पेठ, पुणे ४११ ००२

ISBN : 978-93-86204-52-3

अधिक माहितीकरिता :

०२०-२४४० ५६७८ / ८८८८८ ४९०५०
sakalprakashan@esakal.com

प्रस्तुत पुस्तक
सम्राट अशोकाच्या त्याग-समर्पणाला
अर्पण!

बुद्धांना म्हणजेच
जागृत व्यक्तींना
शरण जाऊन त्यांच्या चरणांशी
सदैव लीन राहायचे आहे...
आपल्या खऱ्या 'स्व'भावात राहून...
संघाला शरण जायचे आहे,
त्याच्या सान्निध्यात राहायचे आहे...

अनुक्रमणिका

प्रस्तावना : मन-बुद्धी बोध आणि बुद्धत्व	७
खंड १ : सिद्धार्थपासून गौतम बनण्याचा प्रवास	**११**
राजकुमार सिद्धार्थची कथा	१२
सिद्धार्थचे प्रारंभिक जीवन	१६
गौतमची कथा	२०
खंड २ : प्रवास : गौतमपासून भगवान बुद्ध बनण्याचा!	**२५**
गौतमाची बोधयात्रा	२६
प्रत्येक परीक्षेत यशस्वी	३०
बुद्धांची कथा	३६
अनुभवातून निघालेली साद	४०
निर्वाण अवस्थेचे ज्ञान	४२
खंड ३ : भगवान बुद्धांचे प्रमुख शिष्य	**४७**
पुन्नची भक्ती	४८
अंगुलीमाल बनला भिक्षू	५०
कथा गौतमीची	५३
अनाथपिंडकाचे दान	५५

खंड ४ : सुख-दुःखापल्याड तेजुख - भगवान बुद्धांची चार आर्य सत्ये **५७**

सुख-दुःखापल्याडचे तेजुख ५८

ना दुःखाशी संघर्ष, ना सुखाशी सलगी ६१

पहिले आर्य सत्य - दुःख आहे ६७

दुसरे आर्य सत्य - दुःखाचं कारण आहे ६९

तिसरे आर्य सत्य - दुःखाचं निवारण आहे ७२

चौथे आर्य सत्य - दुःखमुक्तीची अवस्था ७४

खंड ५ : भगवान बुद्धांचा अष्टांग मार्ग **७७**

ज्ञानप्रसार ७८

बुद्ध बोधाचा पहिला उपाय : सम्यक दृष्टी ८१

बुद्ध बोधाचा दुसरा उपाय : संकल्प, कर्म, स्मृती, समाधी ८५

बुद्ध बोधाचा तिसरा उपाय : वाणी, व्यवहार आणि व्यापार ८८

उपासकांसाठी सम्यक व्यायाम ९०

खंड ६ : भगवान बुद्धांची अन्य शिकवण **९३**

मध्यम मार्ग ९४

दहा सद्‌गुण ९६

आपला खरा स्वभाव जाणा ९९

कर्मबंधन बनू नये १०२

भगवान बुद्धांची महत्त्वाची शिकवण १०४

संघाचा प्रभाव १०६

मंगल मैत्री १०८

अंतिम समयीचे मार्गदर्शन ११०

भगवान बुद्धांच्या शिकवणीचा प्रसार ११३

भगवान बुद्धांचे अन्य उपदेश ११७

परिशिष्ट : बौद्ध धर्मसार **१३५**

प्रस्तावना

मन-बुद्धी बोध आणि बुद्धत्व

हे जग म्हणजे एक आश्चर्यच! या जगात दररोज घडणाऱ्या घटना पाहून किंवा ऐकून आपले मन विदीर्ण होऊन जाते. येथील विविध जाती, वेषभूषा, चालीरीती, जीवनशैली, परंपरा, धारणा विभिन्न आहेत. यापैकी कोणती योग्य आणि कोणती अयोग्य, हाच प्रश्न सर्वांना पडतो. खरे तर प्रत्येकालाच आपली धारणा योग्य वाटते. मात्र, या विस्मयजनक जगात काही जण मात्र बुद्धू न राहता बुद्ध बनतात.

बुद्ध होण्याच्या प्रवासात सर्वप्रथम बुद्धी आणि सामान्य ज्ञानाचा उपयोग होतो. विविध धारणा-समजुतींच्या सापळ्यातून सुटका करण्यासाठी बुद्धीचाच उपयोग होतो. मात्र, हीच बुद्धी बुद्धिविलासात अडकली तर हा गुंता सुटण्याऐवजी वाढतच जातो. पण आपल्या बुद्धीचा अत्युच्च विकास केला तर तिच्या साहाय्याने आपण प्रज्ञावान आणि स्थितप्रज्ञ बनतो. मन आणि बुद्धीचा वापर कसा करायचा? मनाला निर्मळ कसे ठेवायचे? मन आणि बुद्धी यांचा समन्वय कसा साधायचा? एखादा मनुष्य जेव्हा या सर्व गोष्टींचा ताळमेळ साधतो, तेव्हा त्याच्या बुद्धीचा सर्वोच्च विकास होतो.

सिद्धार्थ गौतमांनी मन आणि बुद्धी यांचा सम्यक उपयोग केला, त्यामुळेच त्यांना संबोधी प्रांप्त झाली. जी बुद्धी आपल्याला संबोधीपर्यंत घेऊन जाते, तीच बुद्धी सम्यक आणि तेजस्वी बुद्धी होय. संबोधी म्हणजे समज (अंडरस्टॅण्डिंग). या संबोधीनंतरच बुद्धत्व प्राप्त होऊ शकते. बुद्ध हे नाव किंवा उपनाव नाही. तर बुद्ध हे नाव आहे त्या अवस्थेचे जिथे, 'मी कोण आहे' हे मनुष्य जाणतो. या अवस्थेला पुढील नावदेखील दिले

जाऊ शकते. जसे, गुरू नानक, संत मीरा, संत ज्ञानेश्वर, संत एकनाथ, संत तुकाराम, रामकृष्ण परमहंस, रमण महर्षी इत्यादी. अशा या व्यक्ती वेगवेगळ्या असल्या, तरी या सर्वांचा अनुभव समानच आहे. ही अनुभूती मिळवणेच खरे अध्यात्म आहे, बुद्धत्व आहे.

संबोधी प्राप्त झाल्यानंतर भगवान बुद्धांचा अनेक लोकांशी संपर्क आला. त्यात गृहस्थ, राजघराण्यातील व्यक्ती, संन्यासी, सर्वसामान्य आबालवृद्धांचा समावेश होता. ज्ञानप्रसार करताना बुद्धांनी वेगवेगळ्या लोकांसाठी तीन वेगवेगळे मार्ग सांगितले. कारण प्रत्येकाची जीवनगीता वेगळी असते. महाभारतात श्रीकृष्णांनी सांगितलेली गीता अर्जुनासाठी होती. अर्जुनाऐवजी श्रीकृष्णांसमोर दुर्योधन असता, तर अर्जुनापेक्षा वेगळे प्रश्न त्याने विचारले असते. त्यामुळे गीतेतही बदल झाला असता. कारण, अर्जुन व दुर्योधन या दोघांच्या जाणिवेत मूलभूत फरक होता.

भगवान बुद्धांनी आपल्या सम्यक ज्ञानाद्वारे लोकांची मन:स्थिती ओळखून त्यांना मार्गदर्शन केले. ज्यांनी बुद्धांचे मार्गदर्शन ध्यानपूर्वक ऐकले, समजून घेतले, त्यांनी बुद्धांच्या सहवासाचा पुरेपूर लाभ मिळवला. मात्र, ज्यांनी बुद्धांचे नुसतेच शब्द ऐकले, ते पूर्वीसारखेच जीवन जगत राहिले.

एकदा एक भिक्षू गावात भिक्षा मागत फिरत होता. त्याच वेळी एक पक्षी त्याच्या डोक्यावरून उडत गेला. तो पक्षी चोचीतून नेत असलेला मांसाचा तुकडा या भिक्षूच्या भिक्षापात्रात पडला. तो भिक्षू बुद्धाकडे जाऊन म्हणाला, 'मी हे खाऊ की नको? कारण आपण नेहमी सांगत असता, की भिक्षापात्रात जे पडेल ते स्वीकारून खाल्लं पाहिजे. पण, आपण मात्र मांस खाण्याची आज्ञा दिली नाही. आता मी काय करू?' अशी घटना अगदीच दुर्मीळ असते, अनेक वर्षांतून कधीतरी घडते, हे बुद्धांना ठाऊक होते. म्हणून भिक्षापात्रात जे काही पडेल ते खाण्याची बुद्धांनी भिक्षूंना आज्ञा दिली होती. मात्र, यामुळे काही लोकांना मांसाहार करण्याची जणू मुभाच मिळाली. ज्या घरांत जास्त मांसाहार होतो, अशी काही घरे भिक्षूंना ठाऊक होती. म्हणून ते तशाच घरांसमोर भिक्षा मागायला जाऊ लागले. मग भिक्षापात्रात मांस मिळाल्यावर, भिक्षापात्रात जे पडेल, ते स्वीकारून खाण्यास बुद्धांनी सांगितले आहे. आम्ही त्यांचीच आज्ञा पाळत आहोत, असा युक्तिवाद करून ते मांसाहार करू लागले. अशा तऱ्हेने थोडी मुभा मिळाली की मानवी मन त्यातून सोयीस्कर अर्थ काढून मूर्खपणा करत असते.

बौद्ध धर्म म्हणजे नकारात्मक किंवा नास्तिक लोकांचा धर्म, असा गैरसमज आहे. बुद्धांनी दु:खावर भाष्य केले, त्याची ओळख करून दिली म्हणून त्यांना दु:खवादी

समजले गेले. बुद्धी न वापरता बुद्धांचे उपदेश समजून घेण्याचा प्रयत्न केला तर कोणीही भगवान बुद्धांच्या उपदेशांचा वास्तविक अर्थ समजून घेऊ शकणार नाही. मग त्याशिवाय बुद्धीचा सर्वोच्च विकास होणार कसा? भगवान बुद्धांनी सांगितलेल्या अनेक मार्गांपैकी तीन मार्ग प्रचलित झाले. चला, तर मग या पुस्तकात त्या मार्गांविषयी जाणून घेऊ या. खुल्या मनाने व बुद्धीचा सम्यक उपयोग करून हे पुस्तक वाचावे.

भगवान बुद्धांची शिकवण आपण जर खऱ्या अर्थाने समजून घेतली, तर हे पुस्तक बोधप्राप्ती म्हणजेच सत्याकडे जाणारा सरळ मार्ग होऊ शकेल. प्रस्तुत पुस्तकात भगवान बुद्धांचे जीवन-चरित्र तीन मुख्य पात्रांद्वारे सादर केले आहे. शिवाय तीन टप्प्यांच्या रूपातील हे चरित्र वाचताना त्यामागील संकेतही आपल्याला समजून घ्यायचे आहेत. बुद्धांच्या जीवनातील पहिला टप्पा म्हणजे राजकुमार सिद्धार्थ. दुसरा टप्पा आहे गौतम आणि तिसरा भगवान बुद्ध! भगवान बुद्धांना गौतम बुद्ध किंवा सिद्धार्थ गौतम असेही संबोधले जाते. या नावांमागेही काही संकेत आहेत. पहिले नाव सिद्धार्थ, जो राजकुमार आहे. दुसरे नाव गौतम, जो सत्यसाधक आहे आणि बुद्ध ही एक अवस्था आहे. बुद्धांच्या जीवनातील या तिन्ही भूमिकांच्या कथा तुम्ही याआधीही वाचल्या असतील. परंतु आता एका वेगळ्या दृष्टिकोनातून त्याविषयी आपण जाणून घेणार आहोत.

– सरश्री

खंड १

सिद्धार्थपासून गौतम बनण्याचा प्रवास

अध्याय १

राजकुमार सिद्धार्थची कथा

२५०० वर्षांपूर्वी, इसवीसन पूर्व ५६३मध्ये सिद्धार्थ गौतमचा जन्म झाला. सिद्धार्थ म्हणजे सिद्ध झालेला अर्थ; म्हणजेच ईप्सित कार्य पूर्ण झाले. सिद्धार्थ गौतम त्या देहाचे नाव ठेवले गेले, ज्या देहात पुढे जाऊन 'बुद्धावस्था' प्रकट झाली. स्वबोध (संबोधी) मिळाल्यानंतर बुद्धावस्था प्राप्त होते. त्यालाच बुद्धत्व, आत्मसाक्षात्कार, सेल्फ रिअलायझेशन, कैवल्यावस्था असेही म्हटले जाते. याचाच अर्थ, २५०० वर्षांपूर्वी ज्या शरीरात बुद्धावस्था प्रकट झाली, त्या शरीराचा जन्म झाला, बुद्धांचा नव्हे. बुद्ध हे पूर्वीपासून होते, आहेत आणि राहतील.

नेपाळ आणि भारताच्या सीमाप्रदेशात शाक्य वंशाचे लोक राहत असत. हे राज्य राजा शुद्धोधनांचे होते. त्यांच्या राज्याची कपिलवस्तू ही राजधानी होती. तिच्या दक्षिणेला कौशल आणि दक्षिण-पूर्व दिशेला मगध राज्य होते. सध्याच्या बिहार राज्याच्या परिसरात हा प्रदेश होता. शुद्धोधनांच्या पत्नीचे नाव महामाया होते, ज्या सिद्धार्थच्या मातोश्री होत्या. शाक्य वंशातील प्रथेनुसार स्त्रीची प्रसूती तिच्या माहेरी होत असे. त्यामुळे शुद्धोधनांच्या परवानगीने देवी महामाया यांनी पालखीतून आपल्या माहेरी प्रस्थान केले. प्रवासात एका सुंदर वनामध्ये त्या विश्रांतीसाठी थांबल्या असतानाच त्यांना प्रसववेदना सुरू झाल्या. वैशाख पौर्णिमेला, निसर्गसुंदर परिसरात, त्या वनातील एका पिंपळवृक्षाखाली त्यांनी पुत्राला जन्म दिला. राजा शुद्धोधनांना हे समजताच त्यांनी बाळासह देवी महामायांना तातडीने घरी नेले. महामायांचा माहेरी जाण्याचा हेतू सार्थ ठरल्याने शुद्धोधनांनी आपल्या

पुत्राचे नाव सिद्धार्थ असे ठेवले. मात्र सिद्धार्थच्या जन्मानंतर अनेक चमत्कारांची मालिका सुरू झाली.

त्यानंतर राजा शुद्धोधनांनी राज्यातील ज्योतिषांना निमंत्रित केले. यापूर्वी महामाया यांना पडलेल्या स्वप्नांचा अर्थ ज्योतिषांनी सांगितला होता. महामायांनी स्वप्नांत एक हत्ती आपल्या गर्भात विलीन होताना पाहिले होते. ज्योतिषांनी याचा अर्थ विशद करताना सांगितले होते, की हे पुत्रप्राप्तीचे संकेत आहेत. हा पुत्र एक तर चक्रवर्ती राजा बनेल अथवा संबोधी मिळवेल. या वेळीही ज्योतिषांनी बाळाची लक्षणे पाहून सांगितले, की हा मुलगा सम्राट होईल अन्यथा संबुद्ध होईल. संबुद्ध म्हणजे भाग्य आणि बंधनापासून मुक्त झालेली व्यक्ती.

सिद्धार्थच्या जन्मानंतर एक वयोवृद्ध ऋषी राजवाड्यात आले. असित ऋषी असे त्यांचे नाव होते. राजवाड्यात प्रवेश करताच त्यांनी बाळाला पाहण्याची इच्छा व्यक्त केली. तेव्हा बाळ झोपले आहे, असे त्या ऋषींना सांगितले गेले. ते म्हणाले, 'बाळ झोपलंय म्हणून काय झालं, त्याला तसंच माझ्याकडे घेऊन या. तसंही बुद्ध झोपत नाहीच.'

असित ऋषींनी त्या बाळाचे बारकाईने निरीक्षण केले. त्या बालकात महापुरुष होण्याची ३२ लक्षणे होती. त्याची तेजोप्रभा असित ऋषींपेक्षा लाख पटीने तेजःपुंज होती, हे त्यांना जाणवले. त्या बाळाला पाहून ते उत्स्फूर्तपणे उद्गारले, 'हा अद्वितीय पुरुष आहे.' ते आपल्या आसनावरून उठले आणि त्यांनी आपल्या दोन्ही हातांनी त्या बाळाच्या पायाला स्पर्श करत नमस्कार केला. मग त्याला प्रदक्षिणा घालून, बाळाला आपल्या हातात घेऊन ते विचारमग्न झाले. त्यानंतर काही वेळाने ते या बाळाकडे पाहून जोरात हसले आणि नंतर स्फुंदून स्फुंदून रडू लागले. सिद्धार्थच्या जन्मानंतर झालेला हा पहिला चमत्कार!

असित ऋषींच्या अशा वागण्याने राजा शुद्धोधनांना फारच आश्चर्य वाटले. त्यांनी असित ऋषींना विचारले, 'सिद्धार्थला पाहून तुम्ही सर्वप्रथम हसलात आणि नंतर रडलात. याचा अर्थ काय?' त्याचे स्पष्टीकरण देताना असित ऋषी म्हणाले, 'हे बालक भविष्यात बुद्धत्व मिळवेल, जी अत्युच्च अवस्था आहे. या अवस्थेत सत्याचा साक्षात्कार होतो. त्यामुळे मी आनंदित झालो. मात्र, हे बालक जेव्हा या सत्याचा प्रचार करू लागेल, तेव्हा माझं शरीर अस्तित्वात नसेल. मी त्याच्या या बुद्धावस्थेचं दर्शन करू शकणार नाही. या विचारानंच मी दुःखी झालो आहे.'

यात दुःखी होण्यासारखे काय आहे, असे कदाचित तुम्हांला वाटू शकेल. पण

असित ऋषी हे स्वतः ज्ञानी पुरुष असल्याने त्यांना परमज्ञानाच्या अवस्थेविषयी ठाऊक होते, हे विसरता कामा नये. त्यामुळेच हे बालक भविष्यात बुद्ध होणार असल्याचे भाकित त्यांनी वर्तवले. आपल्या नालक नावाच्या भाच्याला त्यांनी सांगितले होते, 'तू आतापासूनच तयारी सुरू कर. जेव्हा बुद्धांना ज्ञानप्राप्ती होईल, तेव्हा तू अस्तित्वात असशील. त्यांना ज्ञानप्राप्ती झाल्यानंतर लगेच तू त्यांचं शिष्यत्व पत्कर.'

सत्यप्राप्तीसाठी तुम्ही स्वतःमध्ये पात्रता निर्माण केली, तर तुम्हांलाही निश्चितपणे लवकरच ज्ञानप्राप्ती होईल. त्यामुळे या जीवनरूपी संधीचा लाभ उठवा. वेळ वाया घालवू नका. असित ऋषी किती ठाम आणि स्पष्टवक्ते होते, हे त्यांच्या बोलण्यावरून लक्षात येते. त्यांना पात्रतेचे महत्त्व ठाऊक होते. म्हणून त्यांनी देहान्तापूर्वी आपल्या भाच्याला तयारी सुरू करण्याविषयी सांगितले. कारण पात्र असलेली व्यक्तीच सत्य श्रवण करू शकते. जेणेकरून त्याच्या वृत्ती एकापाठोपाठ एक अशा विलीन होऊ लागतात. मग हळूहळू तो स्वानुभवात स्थापित होऊ लागतो. पण बहुसंख्य लोकांची पात्रता नसल्याने, प्रथम ती वाढवून मगच त्यांना खरे ज्ञान दिले जाते. त्यात बराच वेळ जात असल्याने ज्ञानप्राप्ती होण्यास वेळ लागतो. पात्रता वाढत असताना ज्ञानही मिळत असते आणि भक्तिभावातही वाढ होत असते. या दोन्ही गोष्टी एकाच वेळी सुरू असतात.

सिद्धार्थच्या जीवनात त्यांच्या निकटवर्तीयांपैकीच काही जण त्याच्या विरोधात कट-कारस्थाने करत असत. सिद्धार्थचा चुलत भाऊ देवदत्तला अशी भीती वाटत असे, की मोठेपणी राजा झाल्यावर सिद्धार्थ आपल्यापुढे अडचणी निर्माण करेल. त्यामुळे तो सिद्धार्थच्या विरुद्ध विविध जीवघेणी कारस्थाने रचत असे.

बुद्धांमुळे कुणालाही धोका नसतो, कोणाच्याही मार्गात ते अडथळे किंवा अडचणी निर्माण करत नाहीत, याची जाणीव देवदत्तला नव्हती. त्याला ही गोष्ट आधीच समजली असती, तर त्याने निराधार भीतीपोटी निर्माण केलेल्या दुःखांपासून तो केव्हाच मुक्त झाला असता. जाणिवेच्या अभावातून माणूस अशी दुःखे भोगत राहतो. दुसरीकडे असित ऋषींना या गोष्टीची पुरेपूर जाणीव असल्याने ते आनंदित होते. शिवाय सर्वांना ज्ञान मिळावे, या दृष्टीने तयारी सुरू करा, असे ते लोकांना सांगत होते.

राजा शुद्धोधन यांनी सिद्धार्थचे भविष्य जाणून घेण्यासाठी जे आठ ज्योतिषी बोलावले होते, त्यापैकी कौंडण्य नावाच्या ज्योतिषाने सिद्धार्थचे भविष्य पाहून आपल्या घरादाराचा त्याग केला. यामागचे कारण विचारल्यावर तो म्हणाला, 'इतर सात ज्योतिषांनी सिद्धार्थ एकतर चक्रवर्ती राजा बनतील किंवा बुद्धत्व मिळवतील अशा दोन शक्यता वर्तवल्या. मला मात्र ते बुद्ध होतील, याचीच खातरी आहे. योग्य वेळी ते

बुद्धीचा सदुपयोग करतील. जेव्हा त्यांना ज्ञानप्राप्ती होईल, तेव्हा ते ज्ञान ग्रहण करण्याची पात्रता माझ्यात यावी, यासाठी मी घर सोडून चाललोय.' खरोखरच कौंडण्य आपल्या चार मित्रांसह घर सोडून गेला. सिद्धार्थच्या जन्मानंतर झालेला हा दुसरा चमत्कार होय.

आता राजा शुद्धोधनांना थोडी शंका आली. त्यांनी त्या सात ज्योतिषांना पुन्हा बोलावून घेतले आणि विचारले, 'माझ्या पुत्राला बुद्धत्व प्राप्त होईल, असं आपण का सांगत आहात? तो चक्रवर्ती कसा होऊ शकेल?' तेव्हा ते ज्योतिषी म्हणाले, 'चार दृश्यं या मुलाच्या दृष्टीस पडणार नाहीत, याची काळजी घ्या. तसं झाल्यास तुमचा पुत्र चक्रवर्ती राजा बनेल.'

ती चार दृश्ये कोणती, हे आता आपण जाणून घेऊ.

१. वृद्धत्व : वृद्धावस्थेतील कमजोर व्यक्ती

२. आजारपण : असहाय अवस्थेतील आजारी व्यक्ती

३. मृत्यू : एखाद्या व्यक्तीचा मृत्यू

४. संन्यास : एखादा मुक्त संन्यासी

'सिद्धार्थनं जर या गोष्टी पाहिल्या तर त्या दृश्यांमुळे तो विचारांत गढून जाईल आणि या चिंतनातून तो मुक्तीचा मार्ग शोधून काढेल. पण ही चार दृश्यं त्याच्या नजरेस पडलीच नाही, तर तो नक्कीच चक्रवर्ती राजा बनेल.' असा विचार करून सिद्धार्थ मोठा झाल्यावर तो ही चार दृश्ये कधीच पाहू शकणार नाही, अशी व्यवस्था राजा शुद्धोधनांनी केली. भविष्यात मात्र शुद्धोधनांचे हे सर्व प्रयत्न अपयशी ठरले.

❑❑❑

अध्याय २

सिद्धार्थचे प्रारंभिक जीवन

सिद्धार्थच्या जन्मानंतर एका आठवड्यातच त्याच्या मातोश्री महामाया यांचे निधन झाले. शुद्धोधन यांची दुसरी पत्नी प्रजापती गौतमी ही महामाया यांची बहीणच होती. तिने लहानग्या सिद्धार्थच्या संगोपनाची जबाबदारी आनंदाने स्वीकारली. नात्याने ती सिद्धार्थची मावशीच असल्यामुळे सिद्धार्थला गौतम या नावानेही ओळखले जाऊ लागले. प्रजापती गौतमीने सिद्धार्थला त्याच्या सख्ख्या आईची कमतरता कधीही जाणवू दिली नाही. सिद्धार्थ थोडा मोठा होऊन चालू-बोलू लागल्यावर राज्यातील महान पंडितांकडून त्याला शिक्षण मिळू लागले. तो कुशाग्र बुद्धिमत्तेचा हुशार विद्यार्थी होता. राजघराण्यातील इतर मुलांसमवेत सिद्धार्थही शिक्षण घेत असे.

समाधीचा पहिला अनुभव

शाक्य वंशातील परंपरेनुसार वर्षातील पीक लागवडीपूर्वी राजा शेतात नांगरणी करत असे. त्या वेळी हा दिवस एखाद्या उत्सवासारखा साजरा केला जात असे. अशातच एके दिवशी राजा शुद्धोधन सिद्धार्थला घेऊन हा उत्सव साजरा करायला गेले. नांगरणी करण्यासाठी जाताना शुद्धोधनांनी सिद्धार्थला एका झाडाखाली बसवले आणि सर्व जण उत्सव साजरा करू लागले.

एका झाडाखाली सिद्धार्थ आरामात बसला होता. थोड्या वेळाने त्याचे लक्ष अचानक स्वत:च्या श्वासाकडे गेले. आपला श्वास आत-बाहेर कसा जातो, एका

स्वयंचलित पद्धतीने आपले शरीर कसे काम करते, याचे निरीक्षण तो करू लागला. श्वास कधी उजव्या, तर कधी डाव्या बाजूने आत जातो. कधी तो कुठे तरी अडकतो. श्वास कधी दीर्घ असतो, तर कधी छोटा असतो. कधी पोटापर्यंत जातो, तर कधी वर वरच राहतो. हे पाहताना तो आश्चर्यचकित होऊन समाधी-अवस्थेत पोहोचला. बराच काळ तिथे तो तसाच बसून होता. नंतर काही जण तिथे आले आणि ते सिद्धार्थला हाका मारू लागले. पण सिद्धार्थला शरीराचे भान नसल्याने त्याला या हाका ऐकू येत नव्हत्या. सर्वांना सिद्धार्थच्या या समाधी-अवस्थेची जाणीव झाली. त्यांनी जवळ जाऊन सिद्धार्थला उठवले.

सिद्धार्थच्या जीवनातला समाधीचा तो पहिलावहिला अनुभव होता. परंतु या समाधीकाळात प्रज्ञा, समज कमी असल्याने सिद्धार्थला हा अनुभव समजू शकला नाही. त्याने समाधीचा अनुभव तर घेतला; पण त्याचे महत्त्व आणि अर्थ समजण्यासाठी बराच काळ जावा लागला.

कालांतराने वयाच्या २८-२९व्या वर्षी त्यांनी घर त्यागून सहा वर्षे साधना केली. त्यानंतर त्यांना संबोधी प्राप्त झाली. तेव्हा त्यांना समजले, की ते सात वर्षांचे असताना त्यांनी या समाधी-अवस्थेचा अनुभव घेतला होता. जरा विचार करा, आपणदेखील सतत श्वास घेत असतो, पण आपले लक्ष त्याकडे कधी जाते का?

लहानपणापासून सिद्धार्थला ध्यानाचे मोठे आकर्षण होते. तो आपल्या मित्रांना नेहमी ध्यान करण्यासाठी प्रेरित करत असे. ध्यान करताना एखाद्या वस्तूवर आपले चित्त एकाग्र करण्यास तो मित्रांना शिकवत असे. त्याच्या आईवडिलांना मात्र त्याचे हे ध्यानमग्न होणे अजिबात आवडत नसे. सिद्धार्थने एका क्षत्रियाप्रमाणे आचरण करावे, अशी त्यांची अपेक्षा होती. त्यामुळे शुद्धोधनांनी सिद्धार्थला धनुर्विद्येसह इतर शस्त्रास्त्रांचे प्रशिक्षण दिले होते. परंतु, सिद्धार्थला कुठल्याही प्राण्याला अनावश्यक त्रास द्यायला अजिबात आवडत नसे. सिद्धार्थ शिकारीसाठी जात नसे. तसेच तो आपल्या मित्रांची नेमबाजी पाहण्यासाठी जाण्यासही इच्छुक नसे. निष्पाप प्राण्यांचा वध होताना, त्या घटनेचा साक्षीदार होण्याची त्याची इच्छा नव्हती.

सिद्धार्थच्या अशा वागणुकीमुळे माता गौतमी चिंतित होऊ लागली होती. सिद्धार्थच्या जन्माच्या वेळी सांगण्यात आलेली भविष्यवाणी तिला वारंवार आठवायची. सिद्धार्थ एक चक्रवर्ती राजा झालेला पाहण्याची तिची इच्छा होती. त्यामुळे गौतमी सिद्धार्थला नेहमी क्षात्रधर्माच्या कर्तव्याचे स्मरण करून देत असे. यावर सिद्धार्थ तिच्याशी नेहमी युक्तिवाद करत असे. लढाई, युद्ध हा क्षत्रियांचा असलेला धर्म सिद्धार्थला अमान्य होता.

सिद्धार्थचा चुलत भाऊ देवदत्त लहानपणापासून त्याचा मत्सर करत असे. एके दिवशी देवदत्तने मारलेल्या बाणाने एक पक्षी जखमी होऊन कोसळला. मात्र, सिद्धार्थने त्या जखमी पक्ष्यावर उपचार केले. देवदत्तने हा पक्षी त्याला परत देण्याची सिद्धार्थकडे मागणी केली. पण, त्याने ती नाकारली. अखेर हा वाद राजदरबारापर्यंत पोहोचला. दरबारात देवदत्त आणि सिद्धार्थ यांनी आपापली बाजू मांडल्यानंतर त्यावर विचारविनिमय झाला. या वादात सिद्धार्थने केलेला युक्तिवाद मान्य करण्यात आला. मारणाऱ्यापेक्षा वाचवणारा कायम श्रेष्ठ असतो. म्हणून तो पक्षी अद्याप जिवंत असल्याने सिद्धार्थकडेच राहील. जर तो पक्षी मृत्युमुखी पडला असता, तर देवदत्तचा त्यावर हक्क राहिला असता. सिद्धार्थची बाजू सर्व मंत्र्यांना पटली. सिद्धार्थच्या कुशीत तो पक्षी सुरक्षित होता. यासाठी त्याचा ताबा सिद्धार्थकडेच ठेवण्यात आला. या घटनेनंतर देवदत्तने नेहमीच सिद्धार्थविरुद्ध कट-कारस्थाने रचली.

कालांतराने जेव्हा सिद्धार्थ बुद्ध बनले, तेव्हा त्यांच्या संघात देवदत्तने प्रवेश केला. तिथेही तो असेच वागत राहिला. संघातील लोकांना फितवून तो त्यांना आपल्या बाजूने वळवण्याचा प्रयत्न करत असे. अजातशत्रू राजाशी हातमिळवणी करून देवदत्त बुद्धांच्या विरोधात काम करू लागला. अखेर आपल्याच कट-कारस्थानांच्या जाळ्यात अडकून आणि विविध रोगांमुळे त्याचा अंत झाला. बुद्धांनी मात्र देवदत्तच्या सर्व चुकांबद्दल त्याला सदैव माफच केले.

सिद्धार्थ जसजसा मोठा होत होता, तसतसे त्याच्या वर्तनाने राजा शुद्धोधन आणि राणी गौतमी चिंतित होऊ लागले. सिद्धार्थचे वारंवार ध्यानमग्न होणे, संन्याशांसारखे बोलणे शुद्धोधनाला असित ऋषींच्या भविष्यवाणीची आठवण करून देत असे. सिद्धार्थ आता विवाहयोग्य झाला होता. विवाहानंतर सिद्धार्थच्या आचारविचारांमध्ये बदल होऊन तो ध्यानापासून परावृत्त होईल, या हेतूने दण्डपाणी राजाची कन्या यशोधरा हिच्याशी सिद्धार्थचा विवाह केला.

आपल्या मुलाच्या विवाहामुळे राजा शुद्धोधन आनंदित होता; पण असित ऋषींची भविष्यवाणी एखाद्या भुताप्रमाणे त्याचा पाठलाग करत होती. ज्योतिषांनी सांगितलेल्या चार प्रसंगांपासून सिद्धार्थला दूर ठेवण्याचा जणू निर्धारच त्यांनी केला होता. त्यामुळेच त्यांनी सिद्धार्थसाठी तीन महाल बनवले. उन्हाळा, हिवाळा आणि पावसाळा या तिन्ही ऋतूंसाठी खास स्वतंत्र असे हे महाल होते. या ऋतुमानानुसार तो या महालात राहिल्यानंतर त्याच्या दृष्टीस पानगळही पडणार नाही, याची काळजी घेतली जात असे. जेणेकरून पानगळ अथवा वाळलेली पाने पाहून सिद्धार्थ दुःखी होऊ नये. त्याला वृद्धत्वाचे दर्शन

होऊ नये म्हणून सेवेसाठी सदैव तरुण सेवक नेमले होते. एखादा वृद्ध, रोगग्रस्त व्यक्ती अथवा कुणाचा मृत्यू सिद्धार्थच्या नजरेस पडू नये, याची पुरेपूर काळजी घेतली गेली होती. अशा प्रकारे त्याला सुखासीन वातावरणात ठेवले होते. ऋतुबदलामुळे होणाऱ्या त्रासांपासून त्याला दूर ठेवण्याची काळजी सदैव घेतली जात असे.

वस्तुत: सिद्धार्थच्या मनात सुखांविषयी मोह निर्माण करण्यासाठी ही काळजी घेतली जात होती. सिद्धार्थचे पिता किती महान होते, आपल्यालाही असेच वडील मिळायला हवे होते, असा विचार आपल्या मनात डोकावू शकतो. स्वाभाविकपणे असे पाहून पुत्राला कुठल्याही दु:खाला सामोरे जावे लागू नये, असेच कुणालाही वाटू शकते. यासाठी हा पिता किती प्रयत्न करत आहे, शिवाय तो किती हितचिंतक आहे असे वाटेल. अशी व्यक्ती आपल्या जीवनात यावी, यासाठी लोक प्रार्थना करत असतात. आपली जर कुणी एवढी काळजी घेत असेल तर कुणालाही आवडेल. जमिनीवरील काटा टोचेल, यासाठी तुम्ही जमिनीवर पाऊलच टेकवू नका, असे जर कुणी सांगत असेल, तर ते आपल्याला निश्चितच आवडेल ना! पण अशी व्यक्ती खरेच आपली हितचिंतक असते का? ही बाब आपल्याला तेव्हाच समजेल, जेव्हा आपण ती सखोलपणे समजून घेऊ.

❑❑❑

अध्याय ३

गौतमची कथा

शुद्धोधन राजाने सिद्धार्थच्या संगोपनासाठी त्याच्या सभोवताली केलेल्या व्यवस्थेत सिद्धार्थने प्रदीर्घ काळ व्यतीत केला. त्यानंतर जेव्हा सिद्धार्थला वास्तवाचे दर्शन झाले, तेव्हा जग कसे आहे, हे त्याला समजले. सिद्धार्थच्या पित्याने त्याच्यासाठी निर्माण केलेल्या व्यवस्थेचा व्यवहारी जीवनासाठी खरे तर काहीच उपयोग नव्हता. कारण बाह्य दुःख रोखण्यासाठी एक वेळ आपण यशस्वी होतो; पण या दुःखाचा विचार आणणारा आपल्या अंतर्यामीच असतो. त्यामुळे कधी ना कधी दुःखद विचार आपल्या मनात येतोच. अखेर सिद्धार्थला या वास्तवाचे दर्शन झाले आणि त्याच्या बालपणीच्या भविष्यवाणीनुसार त्याला संकेत मिळालेच.

पहिला प्रसंग : वृद्धत्वाचे दर्शन

एके दिवशी राजपुत्र सिद्धार्थ आपला सारथी छन्न याच्यासह रथातून बाहेर निघाले. रस्त्यात त्यांनी एका वृद्धाला पाहिले. त्याला पाहून त्यांनी सारथ्यास विचारले, 'हा माणूस असा का दिसतोय? त्याचे दात कुठे गेलेत? हा काठीच्या आधारानं का चालतोय? हा कंबरेत असा का झुकलाय? याच्या शरीरातील हाडं अशी का दिसताहेत? त्याचे डोळे असे खोलवर का गेलेत?' त्या सारथ्याला सिद्धार्थांच्या बाबतीत ज्योतिष्याने सांगितलेले भविष्य आठवले अन् त्याने सावरत उत्तर दिले, 'वाईट सवयींमुळे खूप जण लवकर वृद्ध होतात.' मग सिद्धार्थांनी विचारले, 'पण सर्व जण कधी ना कधी वृद्ध होतातच ना?' तेव्हा

त्या सारथ्याला वास्तव सांगावेच लागले. तो म्हणाला, 'होय, सर्वच वृद्ध होतात.' हे उत्तर ऐकून सिद्धार्थ अस्वस्थ झाला. त्यांनी विचारले, 'मग माझे आईवडील, यशोधरा, तुम्ही आणि मी, आपण सर्व जण कधी ना कधी वृद्ध होणार आहोत का?' सारथी छन्नने मानेनेच होकार दर्शवला.

सिद्धार्थांचा विवाह यशोधरेशी झाला होता. ते नेहमी सुख-सुविधा आणि भोगविलासात राहतील याची काळजी घेतली गेली होती. दु:ख काय असते, याची त्यांना कल्पनाच नव्हती. त्यामुळे हे दृश्य त्यांच्या काळजावर कोरले गेले. ते दु:खी होऊनच आपल्या महालात परतले. शुद्धोधनांना जेव्हा याविषयी समजले, तेव्हा त्यांनी सिद्धार्थांसाठी मोठ्या उत्सवाचे आयोजन केले. त्यांच्या मनोरंजनासाठी नृत्यांगनांना आमंत्रित केले गेले. पण सिद्धार्थ गौतमांचे व्याकूळ मन काही केल्या शांत होत नव्हते. काही काळानंतर दुसऱ्या प्रसंगातील संकेतानुसार त्यांना त्या संकेताचाही साक्षात्कार झाला.

दुसरा प्रसंग : आजारपण

सिद्धार्थ जेव्हा दुसऱ्यांदा सारथ्यासह फिरायला बाहेर पडले, तेव्हा त्यांना रस्त्यात एक रुग्ण दिसला. त्याच्या तोंडातून फेस येत होता. उलट्या करून तो बेजार झाला होता. त्याला पाहून सिद्धार्थांनी विचारले, 'हा माणूस असा का थरथरतोय?' त्यावर सारथ्याने सांगितले, 'तो खूप आजारी आहे. त्याच्यावर उपचार सुरू आहेत. काही दिवसांतच तो बरा होईल.' सारथ्याचे हे उत्तर ऐकून सिद्धार्थांनी विचारले, 'हा आजारी का आहे? या आजाराचं कारण काय? हे शरीर काय आहे? त्याच्या आत काय असतं?' सारथी छन्नने त्यांना समजावले, 'आपलं शरीर हवामानाच्या बदलानं, खाण्या-पिण्यात काही चुकीचे पदार्थ आल्यानं किंवा वाढत्या वयामुळे आजारी पडतं. नैसर्गिकरीत्या असं चालूच राहतं. त्यामुळेच आपण निरोगी राहण्याचा सातत्यानं प्रयत्न करतो.' त्यावर सिद्धार्थ गौतमांनी विचारले, 'मग माझे माता-पिता, तुम्ही आणि मी, आपण सर्व आजारी पडण्याची शक्यता असते का? या रुग्णाप्रमाणे आपलीही स्थिती होऊ शकते का?' यावर सारथी छन्नने नाइलाजास्तव होकारार्थी मान डोलवली. त्यामुळे सिद्धार्थ पुन्हा अस्वस्थ झाले.

तिसरा प्रसंग : मृत्यू

तिसऱ्या वेळी सिद्धार्थांनी मृत्यूचे दृश्य पाहिले. त्या वेळी त्यांनी एक अंत्ययात्रा पाहिली. पुन्हा सारथी छन्नला सिद्धार्थांनी त्याविषयी विचारले आणि त्यांना मृत्यूची माहिती प्रथमच मिळाली. हा मृत्यू काय प्रकार आहे, याविषयी त्यांची जिज्ञासा वाढली. त्यांनी विचारले,

'सर्वांचाच मृत्यू होतो का? माझाही मृत्यू होईल का?' सारथी छन्नला नाइलाजाने वास्तव सांगावेच लागले. तेव्हाही सिद्धार्थ अत्यंत दु:खी होऊन महालात परतले. महालाच्या द्वारापाशीच ते चौथ्या दृश्याला सामोरे गेले.

चौथा प्रसंग : संन्यासी

सिद्धार्थांनी या प्रसंगी एका संन्याशाला पाहिले. त्या वेळी त्यांना महालाच्या दरवाजासमोरच एका तेज:पुंज साधूचे दर्शन घडले. साधू भिक्षा मागण्यासाठी आले होते. या संन्याशाला पाहून सिद्धार्थांनी सारथ्याला विचारले, 'हे कोण आहेत? त्यांनी अशी वस्त्रं का परिधान केलीत? ते इतके शांत आणि समाधानी कसे दिसताहेत?' त्यावर सारथी म्हणाला, 'हा संन्यासी सत्यशोधक आहे, त्यांचा सत्याचा शोध सुरू आहे. सत्य काय आहे, ते प्राप्त करता येतं का? जन्म-मरणाच्या फेऱ्यातून मुक्त कसं व्हायचं? मनुष्यजन्म आपल्याला का लाभला आहे? याचा बोध झाल्यामुळे ते जगापासून मुक्त होऊन एका कमळाप्रमाणे अलिप्त जीवन जगत आहेत.' हे ऐकल्यावर सिद्धार्थांच्या मनात विचार डोकावला, 'या सत्याचा शोध मीही घेतला पाहिजे.'

या चार अवस्थांचे दर्शन झाल्यानंतर सिद्धार्थांचा अंत होऊन गौतमाचा म्हणजे सत्यशोधकाचा जन्म झाला. कारण त्यांच्या अंत:करणातून तशी प्रार्थना प्रकट झाली होती. शिवाय ही भावना उथळ वैचारिक संभ्रमाची नव्हती. माणूस जेव्हा भौतिक समस्यांमुळे दु:खीकष्टी असतो, तेव्हा तो या उद्वेगातून, या जीवनातून मला मुक्त व्हायचे आहे, असा विचार करतो. पण काही दिवसांनी संबंधित समस्येचा प्रभाव कमी होताच मुक्तीच्या विचारांचे त्याला विस्मरण घडते. कारण, मुक्तीची प्रार्थना त्याच्या अंत:करणाच्या गाभाऱ्यातून निघायला हवी, वैचारिक उद्वेगातून नव्हे. मात्र, एखाद्याच्या मनात आज जरी अशी प्रार्थना निर्माण झाली नाही, तरी ती भविष्यात होऊ शकते.

माणूस जर निरंतर सत्य श्रवण करत असेल, तर कधी ना कधी त्याच्या अंत:करणातून मलाही सत्य मिळावे अशी प्रार्थना नक्कीच उमटेल. त्यानंतरच जीवनाचा खरा टप्पा गाठला जातो, अन्यथा सुतराम शक्यता नसते. कारण मोहमायेची क्षणिक सुखे देणारी इतकी साधने आहेत, ज्यामुळे यापलीकडे जीवनात काही आहे, याची त्याला जाणीवच होत नाही. जसे, एखाद्या डॉक्टरच्या उपचारामुळे रोग बरा न झाल्यास आपण डॉक्टर बदलतो, तसेच जीवनातही एका इच्छेतून मनुष्य मुक्त होत नाही, तोवर दुसऱ्या समस्येत अडकण्याचा मोह त्याला होऊ लागतो. या व्यापातून ईप्सित साध्य करण्यासाठी

माणूस तिसरीकडेच वळतो. अशा तऱ्हेने तो आयुष्यभर धावपळ करत राहतो. त्याचे अवघे आयुष्य या धावपळीतच संपून जाते. पण सत्यशोधक झाल्यानंतर मला मुक्त करू शकेल असे सत्य हवे आहे, याची जाणीव माणसाला नक्की होते. गौतमांच्या बाबतीत नेमके हेच घडले.

चार संकेत मिळाल्यानंतर गौतम सखोल मनन करू लागले. महालात राहूनही त्यांचे चित्त तिथे नसायचेच. मनोरंजन, उत्सव, कला, भोजन आदींमधील त्यांची रुची लुप्त झाली. या सर्व गोष्टी त्यांना नीरस वाटू लागल्या. ज्या दिवशी गौतमांची पत्नी यशोधराने मुलाला (राहुलला) जन्म दिला, त्याच दिवशी अंतिम सत्याच्या शोधासाठी राजमहाल सोडण्याचा निश्चय गौतमाने केला. त्यापूर्वी यशोधरा आणि राहुलला अखेरचे पाहायला, ते महालात गेले तेव्हा हे दोघे माय-लेक निद्रिस्त होते. ज्याच्या जन्माच्या दिवशी त्यांनी सत्यशोधाचा मार्ग पकडला, त्या आपल्या पुत्राचे मुख पाहण्याची गौतमांचीही इच्छा होती. पण यशोधरेचा हात बाजूला घेताना तिला जाग येण्याची शक्यता होती. खरे तर यशोधरेचा हात हटवून गौतमांना आपल्या पुत्राचे मुखदर्शन करता आले असते. पण त्यानंतर तिने गौतमांना संसारत्यागापासून परावृत्त केले असते. त्यामुळे सिद्धार्थ गौतम यांनी आपल्या मुलाचे मुखदर्शन न घेताच महाल सोडला. सारथी छन्नसह रथात बसून ते महालापासून दूरवर गेले. आपल्या राज्याच्या हद्दीबाहेर आल्यानंतर अनोमा नदीकिनारी त्यांनी आपल्या राजवस्त्रांचा त्याग केला आणि सारथी छन्नला परत महालात पाठवले. छन्न मोठ्या दुःखी अंतःकरणाने महालात परतला. त्यानंतर सिद्धार्थ गौतम सत्यशोधार्थ पुढील प्रवासास निघाले, त्या वेळी त्यांचे वय अवघे २९ वर्षांचे होते.

❑❑❑

खंड २

प्रवास :
गौतमपासून भगवान बुद्ध बनण्याचा !

अध्याय ४

गौतमाची बोधयात्रा

सिद्धार्थ आपल्या राज्याबाहेर पडून दुसऱ्या राज्यात आले. रानावनांतून भटकत भटकत ते तत्कालीन सुप्रसिद्ध गुरू आलार कलाम यांच्या आश्रमात पोहोचले. आलार कलाम हे असित ऋषींचे शिष्य होते. त्यांच्या आश्रमात सत्याच्या शोधार्थ सिद्धार्थ गौतम आले. गौतमांनी आलार कलामांकडून दीक्षा घेतली. तिथे ते सात प्रकारचे ध्यानविधी शिकले. या प्रत्येक ध्यानविधीचा त्यांनी अभ्यास केला. ते विधी शिकल्यानंतरही त्यांना आतून एक रिक्तता जाणवत होती. तेव्हा त्यांनी गुरुजींना विचारले, 'हे विधी करूनही मला एक रिक्तता जाणवत आहे. आता यापुढे मी काय करू?' त्यांचे गुरुजी प्रामाणिक होते. ते म्हणाले, 'मी तर एवढंच जाणतो. यापुढील ज्ञान जाणणारा सध्या आणखी कुणी असेल असं मला तरी वाटत नाही.'

गौतम एक योग्य शिष्य आहेत, याची जाणीव गुरुजींना होती. त्यामुळे त्यांनी गौतम यांच्यासमोर त्यांचा आश्रम सांभाळण्याचा प्रस्ताव ठेवला. मात्र, गौतम स्वतःही प्रामाणिक असल्याने, त्यांनी नम्रतापूर्वक नकार दिला. प्रामाणिकपणा हा फार मोठा गुण आहे. दुसऱ्याशी प्रामाणिकपणे वागण्याचे जेवढे महत्त्व आहे, तेवढेच स्वतःशी प्रामाणिक राहणेही अतिशय महत्त्वाचे आहे. मी स्वतः माझ्या ज्ञानाविषयी समाधानी नाही, तेव्हा आश्रम सांभाळून इतरांना सत्याचा मार्ग कसा बरं दाखवू शकेन? अशी गौतमांची या नकारामागची भूमिका होती. गौतमांना अद्याप सत्याचा शोध घ्यायचा होता.

खरे तर एखादे उच्च पद मिळवण्यासाठी लोक काय करत नाहीत? परंतु अशा

अभिलाषांमुळेच सत्याच्या मार्गावर त्यांची प्रगती होत नाही. त्यामुळेच आध्यात्मिक साधकांना सांगितले जाते, 'कुठलंही पद मिळवण्यासाठी तुम्ही सेवा करू नका. हे कार्य तुम्ही कशासाठी सुरू केलं आहे, तो मूळ हेतू नेहमी लक्षात असू द्या.' ही जाणीव सुरुवातीपासून साधकांना करून दिली जाते. आपण योग्य पद्धतीने साधना करत आहोत की नाही, करत असलेली सेवा ही सेवकाची सेवा करत आहे की नाही, याची खूणगाठ स्वतःशी प्रामाणिक राहून बांधायला हवी.

गौतम एक राजकुमार असल्याने त्यांनी आजवर महालांचे सुख उपभोगले होते; पण जे लोक या सुखापासून वंचित असतात त्यांच्यासाठी संपत्ती, पद, प्रतिष्ठा आदी बाबींचे आकर्षण आणि महत्त्व नक्कीच असते.

गौतम आश्रम सोडून ज्ञानाच्या शोधार्थ निघालेले पाहून त्यांच्या गुरूंना अतीव आनंद झाला. आपला शिष्य ज्ञानमार्गावर प्रगती करू इच्छित असल्याचे पाहून ते समाधानी झाले. त्यांनी गौतमांच्या कल्याणासाठी प्रार्थना केली आणि आपल्यापेक्षा श्रेष्ठ गुरू उद्धक रामपूत यांच्याकडे त्यांना ज्ञानप्राप्तीसाठी पाठवले. गौतमांसारखे शिष्य निश्चितच प्रत्येक गुरूला प्रिय असतात. त्यामुळे त्यांच्याकडून अशा शिष्यांना यथाशक्ती मदत केली जाते. प्रामाणिकपणासह विनम्र असलेला शिष्य लवकर प्रगती करतो.

काही शिष्य प्रामाणिक असतात; पण त्यांच्यात अहंकार असल्याने विनम्रतेचा अभाव असतो. सेवा करत असताना, अशा शिष्यांचा अहंकार दुखावण्याचा धोका असतो. अशा व्यक्ती योग्य स्थानावर पोहोचल्यावरही धोका कायम राहतो. असे शिष्य आपल्या अहंकारामुळे सत्याला झिडकारून आपल्याच पायावर धोंडा मारून घेण्याची शक्यता असते. त्यामुळे योग्य स्थानी पोहोचल्यानंतरही अशा साधकांना उच्च ज्ञानापासून वंचितच राहावे लागते.

काही शिष्य नम्र असले तरी अप्रामाणिक असतात. ते काही काळ इतरांची दिशाभूल करण्यात यशस्वी होतात. पण त्यांचे हे नाटक फार काळ टिकत नाही. त्यांची नम्र वागणूक पाहून, ते चांगले साधक असल्याचा इतरांचा गैरसमज प्रारंभी होतो. पण काही काळानंतर अशा साधकांचे वास्तव समोर येतेच. शिष्यांनी ही चूक टाळायलाच हवी. साधनापथावर प्रामाणिकपणे आणि विनम्रतेने वाटचाल करत राहायला हवी. उद्धक रामपूत यांच्या आश्रमात गौतमांना आठवी ध्यानप्रणाली शिकायला मिळाली. त्यांनी मोठ्या मेहनतीने सर्व काही आत्मसात केले. तरीही ते संतुष्ट नव्हते. याविषयी त्यांनी गुरुजींना सांगितले. त्यावर गुरुजी म्हणाले, 'आता यापुढचा शोध तुला स्वतःच करावा लागेल. तुझी इच्छा असेल, तर इतर शिष्यांना शिक्षण देण्याचं काम तू येथे करू

शकतोस.' परंतु सिद्धार्थ गौतमांना मोक्षाशिवाय इतर काहीही नको होते. म्हणून ते या आश्रमातूनही बाहेर पडून सत्याच्या शोधार्थ निघाले. त्यांच्या या प्रवासात कौंडण्य आणि त्याचे चार साथीदारही गौतमांबरोबर निघाले. सिद्धार्थांना कधी ज्ञानप्राप्ती होते आणि त्यांच्याकडून आपण कधी दीक्षा घेतो, याचेच वेध ज्योतिषी कौंडण्यला लागले होते.

हे सर्व साधक एकत्रितपणे तप-साधना करू लागले, भिक्षा मागू लागले. तत्कालीन परंपरेनुसार त्यांनी उपवास करण्यास सुरुवात केली. देहाला कष्ट देण्याने अवघी पापे नष्ट होतात, अशी त्या काळी समजूत होती. त्यामुळे या तत्कालीन परंपरेनुसार गौतम उपवास करू लागले. ते दिवसातून एकदाच भोजन घेत. काही दिवसांनंतर ते दोन दिवसाआड एकदा भोजन करू लागले. त्यानंतर तीन दिवसांतून एकदा भोजन करू लागले. काही दिवसांनी त्यांनी भिक्षा मागणेच बंद केले. जंगलातील कंदमुळे, जंगली फळे-पाने खाऊन ते भूक भागवू लागले. अशा प्रकारे ते हळूहळू देहपीडा वाढवू लागले. दगडांवर झोपणे, कुठल्याही ऋतूत सदैव थंड पाण्याने स्नान करणे, स्मशानात राहणे, अगदी चक्कर येईपर्यंत दीर्घ काळ श्वास रोखणे आदी प्रकारची अनेक तपं ते करत होते. परिणामी, अशक्तपणाने त्यांची तब्येत बिघडली. त्यांचे पोट खपाटीला गेले.

एके दिवशी पाणी पिण्यासाठी गौतम नदीपात्रात उतरले होते. पण नदीप्रवाहाची ओढ सहन करण्याइतकीही ताकद त्यांच्यात उरली नव्हती. त्या प्रवाहात ते वाहत गेले. महत्प्रयासाने ते नदीपात्राबाहेर आले आणि बेशुद्ध पडले. एका लाकूडतोड्याचे त्यांच्याकडे लक्ष गेले. त्याने गौतमांना आपल्या झोपडीत आणले. त्यांची सेवा-शुश्रूषा केली, खाऊ-पिऊ घातले. यामुळे गौतमांना बरे वाटू लागले. तेव्हा ते विचार करू लागले, 'मी चुकीच्या मार्गावर तर चाललो नव्हतो ना? या शरीराला पीडा दिल्यानं खरोखर सत्य मिळतं का? जोपर्यंत भूक नव्हती, तोपर्यंत हे मन अस्थिर नव्हतं. पण जेव्हा शरीराची ताकद परत आली, तेव्हा हेच मन अस्थिर होऊन, इकडेतिकडे भटकू लागलंय. या शरीराला शक्तिहीन करून आपल्याला खरंच ज्ञानप्राप्ती होणार आहे का? शरीराला उपाशी ठेवून या इच्छा-आकांक्षा, तृष्णेतून मुक्ती मिळणार आहे का? शरीराला भूक लागली असताना काही काळ या तृष्णा-वासनांपासून मुक्ती मिळाल्यासारखी वाटते. पण भूक भागल्यानंतर वासना, इच्छा, महत्त्वाकांक्षा पुन्हा निर्माण होतात. आपलं शरीर सुदृढ असेल, तर सुयोग्य विचार करण्याची क्षमता आपल्यात येते. भुकेल्या शरीरात विवेक जागृत होऊच शकत नाही. त्यापेक्षा भुकेलं न राहता अथवा अधिक आहार घेऊन सुस्तही न बनता मध्यममार्गाचा अवलंब का करू नये?' असा विचार करून गौतमांनी मध्यम मार्ग अनुसरायचे ठरवले. यानंतर गौतमांनी जीवनभर

या मध्यममार्गाचेच अनुसरण केले आणि इतरांनाही हाच मार्ग दाखवला.

वस्तुतः मुक्तीसाठी मनावर विजय मिळवणे महत्त्वाचे आहे. या प्रपंचात राहून तुम्ही मनावर विजय मिळवलात, तर तो विजय संसारत्याग करून मनावर मिळवलेल्या विजयाइतकाच महत्त्वाचा आहे. कारण, त्यामुळे आपल्याकडे पाहून इतरांनाही प्रेरणा मिळू शकते. संसारात राहून या मध्यममार्गाद्वारे साधनापथावर प्रगती करणारा साधक हाच तेज संसारीचा खरा अर्थ आहे. आता गौतमांना ही जाणीव झाली, की आतापर्यंत ते जो मार्ग अवलंबत होते, तो त्यांच्यासाठी योग्य नाही. त्यापेक्षा मध्यम मार्ग उत्तम असल्याने तोच निवडला पाहिजे.

काही काळानंतर भिक्षा मागत फिरत असताना गौतमांना त्यांचे पाचही साथीदार भेटले. सिद्धार्थ गौतमांचा फुललेला चेहरा पाहून, त्यांच्या साथीदारांना संशय आला. त्यांना वाटले, गौतमांनी साधनापथ सोडून दिल्याने ते आळशी, पथभ्रष्ट झाले आहेत. मनसोक्त खाऊ-पिऊ लागले आहेत. या गैरसमजातून त्यांनी गौतमांवर टीका केली आणि त्यांना सोडून गेले.

त्यानंतर आपली पुढची वाटचाल गौतमांनी एकट्यानेच निश्चित केली. सलग सहा वर्षे त्यांची साधना सुरू होती. अखेर एके दिवशी एका पिंपळाच्या वृक्षाखाली बसले असताना त्यांना ज्ञानप्राप्ती झाली. मग या वृक्षालाच बोधिवृक्ष हे नाव देण्यात आले. बोधीचा अर्थ बोध प्राप्त होणे असा आहे. या वृक्षाखाली बसतानाच गौतमांनी संकल्प केला होता, की जोपर्यंत अंतिम सत्य प्राप्त होत नाही, तोपर्यंत शरीराची कुठलीही हालचाल न करता डोळे बंद करून मी इथे बसून राहीन. असे उच्च विचार कुणालाही उगाच येत नाहीत. ते असा संकल्प तेव्हाच करू शकतात, जेव्हा त्यांनी काही विशेष कर्म केलेले असते.

सकाळ होईपर्यंत गौतमांना आत्मबोध (आत्मसाक्षात्कार) प्राप्त झाला. ते अरहंत म्हणजेच मुक्त झाले. काही जणांचे असे म्हणणे आहे, की ज्ञानप्राप्तीआधी चार आठवडे ते या वृक्षाखाली बसून होते. मात्र, ज्ञानप्राप्तीनंतर गौतम या आश्चर्यभावातच आठवडाभर मौन होते. त्या कालावधीत 'मी कोण आहे?' याविषयीचा बोध आणि समज त्यांना प्राप्त झाली. त्यानंतर त्यांनी ही घोषणा केली, 'घर बनवणाऱ्याला मी जाणलंय. त्यामुळे आता तो पुन्हा माझं घर बनवू शकत नाही.' याचा अर्थ 'माणसाच्या आत 'नकली मी' (अहंकार) कसा तयार होतो, हे मी ओळखले आहे. आता बेहोश अवस्थेत 'नकली मी' तयार होऊ शकणार नाही,' असे गौतमांना म्हणायचे होते.

❑❑❑

अध्याय ५

प्रत्येक परीक्षेत यशस्वी

उच्च विचार येण्याआधी काही कर्म करणे आवश्यक असते. या विचाराची गहनता समजून-उमजून घेण्यासाठी तुम्ही एक दिवस सकाळपासून संध्याकाळपर्यंत येणारे सर्व विचार एका कागदावर लिहून पाहा. तेव्हा तुम्हांला समजेल, की विशेष कर्मांअभावी मनात कशा प्रकारचे विचार येतात. आपण आपलेच विचार कागदावर लिहून नंतर तेच वाचले तर एक सामान्य माणूस किती निद्रिस्त किंवा संभ्रमित असतो, हे आपल्याला समजेल. एक निद्रिस्त व्यक्ती जेव्हा विचार करते, तेव्हा काय विचार करत असेल, याची जाणीव तुम्हांला असेलच. गौतमांनी संकल्प करण्याचा विचार केला, कारण ते जागृत होते.

आपण भगवान बुद्धांची कथा वाचतो, तेव्हा या प्रचलित व्यवहारी भाषेत किंवा कर्ताभाव (डूअर) असलेल्या भाषेतच आपण ती समजून घेतो. बुद्धांनी असा विचार केला, तसा विचार केला, असे आपण समजतो. मात्र, जेव्हा ज्ञानप्राप्ती होते, तेव्हा 'असं झालं, असा विचार आला' (इट हॅपन्ड) असे उमगते. तेव्हा कर्ताभावातून श्रेय घेण्याचा प्रश्नच उरत नाही. सर्व काही घडत असते. घडवणारा विलीन होतो. या शरीराचा मृत्यू झाला तरी हरकत नाही. पण सत्यप्राप्ती होईपर्यंत मी डोळे उघडणार नाही, हात-पाय न हलवता बसून राहीन, असा संकल्प बुद्धांनी केला. ते असे करू शकले, कारण तोपर्यंत केलेल्या साधनेद्वारे कर्मबंधन आणि चित्तवृत्ती यांवर मात करून गौतम मुक्त झाले होते. त्यामुळेच ते असा दृढ संकल्प करू शकले. अन्यथा एखादी सामान्य व्यक्ती असा

विचार करूच शकत नाही. समजा, विविध चित्तवृत्तींत अडकलेल्या व्यक्तीच्या मनात जर असा विचार आला, तर नाना प्रकारची भीतीही त्याच्या मनात उत्पन्न होते. मला सत्य मिळाले नाही तर काय होईल? जर असे बसलो असताना मनरूपी साप-विंचवांनी सतावले तर काय होईल? असे विविध विचार सामान्य माणसाला भेडसावतात.

गौतमांनी सहा वर्षे केलेल्या तपसाधनेतून त्यांचे शुद्धीकरण झाले होते. अर्थात तपसाधनेसाठी तुम्ही किती काळ व्यतीत केला आहे, हे महत्त्वपूर्ण नाही, तर त्याला योग्य दिशा मिळणेही आवश्यक आहे. एवढ्या तपानंतर गौतम आतून रिक्त झाले होते. त्यामुळेच ते संकल्प करून बसू शकले.

माणसाला आतून रिक्त होणे आवडत नाही, हीच दुःखदायक बाब आहे. जेव्हा आतून रिक्त होणे मनुष्याला आवडते, तेव्हा वास्तवात ते सुखच असते. ज्या वेळी ही रिक्तता आपल्याला मुक्त करते, ती 'तेजुख'(सुख-दुःखापलीकडील) अवस्था असते. खरे तर गौतम तोपर्यंत आतून शंभर टक्के रिक्त झालेले नव्हते. त्यांच्यात अद्यापही काही विकार वृत्ती शिल्लक होत्या. पण त्या इतक्या कमी झाल्या होत्या, की त्यांच्यात असे उच्च संकल्प निर्माण झाले आणि ते पूर्णही करू शकले. हे खरे सौंदर्य आहे. ध्यानात जास्तीत जास्त काळ व्यतीत करण्याचा दृढ संकल्प करण्याइतपत आपल्यातील गाठी, चित्तवृत्ती, कर्मबंधनांचा गुंता कमी होणे गरजेचे आहे. यांचा आपल्या अंतरात असलेला संग्रह एवढा कमी व्हायला हवा, की 'जेव्हा जेव्हा मला संधी मिळेल, तेव्हा मी ध्यान करेन' असा विचार आपण करू शकाल.

विकारांपासून मिळावी मुक्ती

इतरांकडे पाहून माणसांत द्वेष, मत्सर आणि दुर्भाव यांचे भांडार वाढतच जाते. त्यामुळेच हल्ली लोक विचारांसह वाणीद्वारेही हिंसक झाले आहेत. या विकारांतून मुक्त होणे खूप गरजेचे आहे. जेणेकरून आपण सत्संगात जाण्याचा, ध्यान करण्याचा आणि संकल्प घेण्याचा विचार करू शकाल. एरवी असा विचार तुम्हांला स्पर्शही करू शकणार नाही. त्यामुळे सत्यप्राप्तीच्या दिशेने वाटचालही थांबेल. विश्वात सर्व काही स्वयंचलित (हॅपनिंग) आणि सुंदररीत्या चाललेले असते. जो या प्रक्रियेस जितके सुयोग्य पद्धतीने समजून घेतो, तितका तो आनंदित होत जातो आणि 'आहे' या भावावस्थेत राहू लागतो. जिथे सुखही नाही आणि दुःखही नाही, अशी अवस्था म्हणजे 'आहे'ची अवस्था.

महापुरुषांच्या या कथा फक्त एक माध्यम असतात. वास्तविक या महापुरुषांच्या अंतरंगात काय चालले होते, हे समजून घेणे गरजेचे असते. त्यांची आंतरिक अवस्था

समजून घेण्याचा जास्तीत जास्त प्रयत्न करणे महत्त्वाचे असते. त्यांची कथा वाचून आपण स्वत:ला हा प्रश्न विचारणे गरजेचे आहे, की हे मी करायला हवे, अशी ही गोष्ट आहे का? गौतमांनी नेमके हेच केले, त्यामुळेच ते संकल्प करून बसू शकले.

तुमच्या चित्तवृत्तींचे भांडार ५१ टक्के जरी रिक्त झाले, तरीदेखील तुमच्या मनात चांगले विचार येऊ लागतील आणि तुम्ही नवनवीन संकल्प करू शकाल. जर हा कचरा ४० टक्के साफ झाला तर तुमच्या आत उरलेला ६० टक्के कचरा नव्या विचारांना आत येऊ देणार नाही. अशा वेळी तुम्हांला रिक्त होण्यासाठी अधिक प्रयत्न करण्याची गरज आहे. आपल्या अंतरंगातील अर्ध्याहून अधिक अथवा ५१ टक्के कचरा निघून जाताच असे संकल्प सहजगत्या तुमच्या मनात निर्माण होतील. तेव्हा तुम्ही संपूर्ण दिवसभरही साधना करू शकाल. जेव्हा लोक दिवसभर क्रिकेट सामना पाहण्याची इच्छा व्यक्त करतील, तेव्हा तुम्ही मात्र दिवसभर साधनेत रममाण होण्याची इच्छा व्यक्त कराल. सुटीच्या दिवशी 'आज पब्लिक हॉलिडे आहे, तर आपण असं काही करू, जेणेकरून हा दिवस होली डे (पवित्र दिवस) बनावा' असे विचार तुमच्या मनात येऊ लागतील. संकल्प निर्माण होणे आणि तो पाहण्याची कला अवगत झाल्यानंतर पुढील प्रक्रिया तीव्र गतीने होते. पाहण्याची कला येणे, हीसुद्धा एक विशेष अवस्था आहे. अर्थात याही अवस्थेत शरीरातील सर्व पीडा निघून जातात, असे नाही. वेदना-पीडा असतातच. पण जसजशा त्या कमी होऊ लागतात, तसतसे सुखद अनुभव येऊ लागतात. मात्र, त्यातही न अडकता आपल्याला साधना सुरूच ठेवायला हवी.

गौतमांच्या कथेद्वारे हे सांगितले आहे, की मानसिक वेदनांचा मारा करून यांना खूप घाबरवले गेले; पण ते तसेच अचल राहिले. त्यांनी खूप त्रास सहन केला. मात्र, त्या त्रास-वेदनांशी संलग्न न होता, त्यांनी या वेदनांकडे, त्रासाकडे साक्षीभावाने पाहिले. दु:ख आणि त्रास यांच्याशी त्यांनी कोणताही संघर्ष केला नाही. आता आपण समजू शकता, ही कशी अवस्था असेल!

'पार्ट टू' अर्थात मरणोत्तर जीवनाच्या सुखांचा मोह

कधीकधी काही लोक ध्यानासाठी बसल्यानंतर त्यांच्या मनात असे विचार येऊ शकतात, 'मी ध्यानात बसणार नाही. कारण माझा अंतिम दिवस येणार आहे; आणि अद्याप मी मृत्युपत्रही लिहिलं नाही.' ध्यानात असताना असे येणारे विचार आपण साक्षीभावानेच पाहायला हवेत. गौतमांनी नेमके हेच केले होते. कारण, भीतिदायक विचार हे एखाद्या हल्ल्याप्रमाणेच असतात. अशा सर्व विचारांना साक्षीभावाने पाहिल्यानंतर त्यांच्या

अंतरंगात सुखद तरंगही उठले. गौतमांसंबंधीच्या कथेत नमूद केले आहे, की गौतमांवर असे हल्ले करण्यासाठी 'मार' म्हणजेच सैतानाने अनेक देवतांचे मन वळवले. त्यांना सांगितले, गौतमला 'मरणोत्तर जीवनातील सुखांचं दर्शन घडवा. त्यानं भूलोकावरील सर्व सुखं आधीच उपभोगली आहेत. त्यामुळे अशा सुखांचं त्याला आकर्षण वाटत नाही. एवढ्या साधनेनंतर गौतमाला भूलोकावरील ही सर्व सुखं अस्थायी असल्याचं समजलं आहे. या सुखांची लालूच दाखवून गौतमावर काहीएक परिणाम होणार नाही. यामुळेच त्याला मरणोत्तर जीवनातील सुखांची माहिती द्या.'

वास्तविक गौतमांच्या जागी इतर कुणी सर्वसामान्य व्यक्ती असती, तर ती या भूलोकीच्या सुखांमध्येच संतुष्ट झाली असती, तिने मध्येच ध्यानधारणा सोडून दिली असती. अशा व्यक्तीला एवढे सांगून लालूच दिली गेली असती, 'ही सर्व सुखं स्थायी होऊ शकतील. तुझी नोकरी स्थायी होऊ शकेल. तुझ्या जीवनात येणारी सुंदर स्त्री कायमस्वरूपी तुझ्याकडेच राहील, तुझी मुलं कायम तुझ्यासोबत राहतील, तू असं मृत्युपत्र बनव, ज्यामुळे सर्व तुझ्यासोबतच राहतील. तुझा आदर करतील, कोणी तुझ्यापासून दूर जाणार नाही... त्यामुळे द्विधा मनःस्थितीचा प्रश्नच उद्‌भवणार नाही. सर्वत्र सुखसुविधाच असतील...'

'या गोष्टी खऱ्या मानून, होकार देण्यासाठी माणूस कायम तयार असतो. कारण, याच आशेवर तो जगत असतो. जे लोक आज माझं ऐकताहेत, त्यांनी कायमच माझं ऐकावं. आता मिळणाऱ्या सुविधा मला कायम मिळत राहाव्यात. आज जे भोजन मिळतंय, ते कायमच मिळत राहावं.' कारण, माणसाच्या मनात सर्व गोष्टी स्थायी राहाव्यात, अशी सुप्त इच्छा असतेच. त्यामुळे या गोष्टींना तो कायम अनुकूल असतो. कुणीतरी यावे आणि या इच्छांवर शिक्कामोर्तब करावे, असे त्याला कायम वाटत असते. त्यामुळे कुणी जर असे सांगितले, की हे सर्व चिरस्थायी होऊ शकते, तर माणूस लगेच त्याच्यासमोर स्वतःला समर्पित करतो. अशा व्यक्तीला नमवण्यासाठी सैतानाला स्वतः येण्याचीही गरज नसते. अशा व्यक्तीला एखादे विकाररूपी प्यादे पाठवूनही नमवता येते. कारण माणसाला जीवनात सर्वच हव्याहव्याशा गोष्टी चिरस्थायी रूपात हव्या असतात. त्यामुळे वास्तवाकडे तो पाठ फिरवतो. दाहक सत्य पाहू इच्छित नाही.

भगवान बुद्धांनी सांगितले, 'सुख असो वा दुःख, सर्वच अस्थायी आहे. त्यामुळे सत्य काय आहे, हे निश्चित करा.' म्हणून तर सैतानाला स्वतः येऊन गौतमांसमोर मरणोत्तर जीवनाच्या सुखांचे दर्शन घडवावे लागले. ही सुखं जास्त काळ टिकतात. गुलाबजाम खाल्ल्यानंतर दोन तासांनी जर तुम्हांला विचारले, गुलाबजामचा स्वाद आता आहे का?' तेव्हा मनुष्याला भान येते, 'अरे! आता तर तो स्वाद जिभेवर नाही.'

माणूस या चविष्टपणाला, स्वादालाही चिरस्थायी करण्याचा प्रयत्न करतो. त्यासाठीच तो आपल्या आवडीचे पदार्थ वारंवार खातो. मरणोत्तर जीवनात या स्वादाचा दरवळ अनेक दिवस राहतो. त्यामुळे या संवेदना चिरस्थायी आहेत, असा गैरसमज होण्याची शक्यता अधिक असते. भूलोकावर बेहोशीत अल्पकाळ टिकणारा स्वादाचा आनंद स्थायी असल्याचा भ्रम आपल्याला होऊ शकतो. पण असा स्वाद काही दिवस रेंगाळल्यास तो कायमस्वरूपी असल्याची धारणा दृढ होऊ शकते.

अस्थिर सुख की साधना : निवड

व्यक्ती जेव्हा वासनांमध्ये अडकते, तेव्हा ती खूप आनंदात असते. त्यामुळे या सुखसंवेदना कायमस्वरूपी राहतील, असे ती गृहीत धरते. पण अशी व्यक्ती जेव्हा मरणोत्तर जीवनात प्रवेश करते, तेव्हा तिला हे सर्व काही कायमस्वरूपी वाटेल. भूलोकी जी गोष्ट तिला स्पष्ट झालेली नसते, ती मृत्यूनंतर तरी कशी उमगेल? त्यामुळेच गौतमांना मृत्यूनंतरच्या जीवनातील सर्व सुखांची लालच दाखवण्यात आली. इथे आपल्याला या कथांमागील दडलेला अर्थ समजून घ्यायचा आहे. गौतमांना विदेही अवस्थेतील सूक्ष्म देहाचे अनुभवही आले. ते जागृतावस्थेत शरीराबाहेर पडून सूक्ष्म देहातील सर्व दृश्ये अनुभवत होते.

या सर्व सुखांचा अनुभव घेतल्यानंतरही त्यांनी निर्णय घेतला, की ही सर्व सुखे अस्थायी आहेत. त्यामुळे मी साधनाच करेन. इतक्या कठीण परीक्षेनंतरही गौतमांनी आपला संकल्प सोडला नाही. इथे मरणोत्तर जीवनाच्या सुखांचा अनुभव लोकांना देऊन त्यांची परीक्षा घेतल्यास किती लोक यशस्वी होतील, हे पाहणे मोठे रंजक ठरेल. मृत्योपरान्त जीवनातील सुखांच्या बदल्यात सत्याचा सौदा करणारा माणूस या परीक्षांमध्ये अपयशीच ठरेल. खरे तर अशा परीक्षेत ९० टक्के व्यक्ती अपयशीच ठरतील. त्यापैकी ५० टक्के लोक गुरूंची आज्ञा आणि भक्तीद्वारे काही काळानंतर किमान यातून बाहेर तरी येऊ शकतील. मात्र, इतर सर्व लोक या सुखांतच लिप्त राहतील. यातून बाहेर पडणाऱ्या लोकांच्या अंतर्यामी जे बीज पेरले गेले आहे, तेच मृत्यूनंतरच्या जीवनात कामाला येते. यापैकीही १० टक्के लोक पूर्ण यशस्वी होतात. कारण त्यांनी सर्व सुखं मिळाल्यानंतरही साधनेलाच प्राधान्य दिले. कारण खरी साधना त्यांनी पूर्णपणे तन्मयतेने समजून घेतली होती. जेव्हा त्यांची परीक्षा घेतली जाईल, तेव्हा त्या स्थितीतही त्यांना केवळ सत्याचेच स्मरण होईल. कारण सत्याचे बीज त्यांच्या अंतर्यामी खोलवर रुजलेले असते.

जी व्यक्ती बरीच साधना करून मरणोत्तर जीवनात प्रवेश करते, त्या वेळी तिथे

त्याला ही साधना खूप उपयुक्त ठरते. सत्यासंबंधी त्याने जे ऐकले-वाचलेले असते, ते कुठे ना कुठे त्याच्या उपयोगी पडते. सर्वोच्च गोष्टींवरील त्याचे प्रेमच त्याला उच्च स्तरावर नेते. मात्र ज्याने मृत्युलोकात स्वत:वर काम केलेले नाही, त्याला मृत्यूनंतरच्या जीवनातील सुखांच्या प्रलोभनांपासून दूर राहणे अशक्य होते.

खरे तर माणूस सुखांपासून नव्हे तर फक्त दु:खांपासून मुक्त होऊ इच्छितो. त्यामुळे तो व्यसनाधीन होतो. आपल्याला व्यसनांचा मोह कधीपासून पडला, हेच त्याला समजू शकत नाही. ही व्यसने त्याला कुठल्या दलदलीत नेणार आहेत, याविषयी कुणीच त्याला इशारा देत नाही. अज्ञानापोटी तो दीर्घ काळ अशा गोष्टींत आपला वेळ वाया घालवतो. धूम्रपान, मद्य किंवा इतर नशा केल्याने माणसाला तेवढ्यापुरते समाधान वाटते. त्यामुळेच काही लोक आयुष्यभर व्यसनाधीन राहतात. काही जण तर यालाच अध्यात्म समजतात. नशेला अध्यात्म समजणारे लोक अध्यात्मापासून शेकडो मैल दूर असतात व नशेत बेधुंद असतात. या सुखातून निर्माण होणाऱ्या मोहांची त्यांना कल्पनाच नसते. त्यामुळे स्वत:ला ज्ञानी समजत ते गाफील राहतात. नशेद्वारे होणारा क्षणभंगुर आनंद त्यांच्या अंतरंगात खोलवर रुतून बसलेला असतो. त्यामुळे व्यसनमुक्त होणे हे व्यसनाधीन व्यक्तींसाठी मोठे अंतर्गत युद्धच असते.

गौतमांना यापेक्षाही हजारपट अधिक सुख अनुभवायला दिले गेले. तरीही त्यांना आपल्या संकल्पांचे विस्मरण झाले नाही. कारण, आपल्या ध्येयाबाबत त्यांच्या संकल्पना स्पष्ट होत्या. त्यांना शारीरिक वेदना अनुभवास आल्या, तेव्हा त्यांच्याशी त्यांनी संघर्ष केला नाही. तशाच सुखसंवेदनाही आल्या. त्यातही ते गुरफटले नाहीत. तेव्हा कुठे त्यांना अशी अवस्था प्राप्त झाली, जी सर्वसामान्यांना मिळत नाही.

बुद्ध अनेक अडथळ्यांवर मात करत, अथक प्रयत्नांद्वारे आपल्या स्वानुभवापर्यंत पोहोचले. ही बाब जर आपण समजू शकलात, तर लहानसहान घटनांमध्ये न अडकता सहजपणे जीवन व्यतीत कराल. तुमच्यासमोर एखादी समस्या निर्माण झाली तर स्वत:ला तुम्ही विचाराल, 'ही समस्या गौतम बुद्धांसमोर आलेल्या समस्यांपेक्षा मोठी आहे का? एवढ्याशा समस्येवरही मी मात करू शकणार नाही का?' अशा कथा वाचून, ऐकून मला सुख आणि दु:ख या दोन्ही गोष्टींपासून मुक्त व्हायचे आहे, अशी मंगल इच्छा तुमच्या मनात निर्माण व्हायला हवी. ध्यान करणारी व्यक्ती बाहेरून शांत दिसते. परंतु तिच्या अंतरंगात द्वंद्व सुरू असते. विविध प्रलोभनांपासून तिला स्वत:ला दूर ठेवायचे असते. असेच आंतरिक युद्ध समाप्त झाल्यानंतर दुसऱ्या दिवशी सकाळी साधक, सत्यशोधक गौतमही विलीन झाले आणि प्रकटले ते बुद्ध!

❑❑❑

अध्याय ६

बुद्धांची कथा

एका आठवड्यानंतर गौतम बुद्ध हे सर्वोच्च ज्ञान प्रदान करण्यासाठी सुयोग्य व्यक्तीच्या शोधार्थ निघाले. ज्या व्यक्तीचा आधीच एवढा विकास झालेला असेल, की हे ज्ञान थेट शब्दांद्वारे ती आत्मसात करू शकेल, अशी व्यक्ती म्हणजे ग्रहणशील, पात्र व्यक्ती! गौतम बुद्धांना आठवडाभर या गोष्टीचे वारंवार आश्चर्य वाटत होते, की हे रहस्य समजून घेणे किती सोपे आहे. ज्या व्यक्तीत कुठलाही पूर्वग्रह नाही, ती हे रहस्य त्वरित समजू शकेल. पण एखाद्या अपात्र व्यक्तीसाठी मात्र हे ज्ञान आत्मसात करणे सर्वात कठीण गोष्ट ठरते.

मानसिक विषय समजून घेण्यासाठी पात्र व्यक्ती सहजपणे मिळतात. आजपर्यंत अनेक वैज्ञानिकांनी, संशोधकांनी मोठमोठे शोध लावले आहेत. त्यांनीही प्रदीर्घ काळ संशोधन केल्यानंतर त्यांना हे वैज्ञानिक रहस्य उलगडले. मग त्यांनी धावत जाऊन आपल्या सहकाऱ्यांना, मित्रांना, शिक्षकांना आपले संशोधन सांगितले. त्यानंतरच त्या सर्वांनाही ते समजले. मग त्यांचे हे संशोधन समजू शकणारे अनेक जण त्यांना भेटले.

बुद्धांना अनेक दिवस अशी एकही व्यक्ती भेटली नाही, जी ब्रह्मांडांचे रहस्य समजण्यास पात्र असेल. कारण ही गोष्ट मनाच्याही पलीकडची होती. ती समजून घेण्यास पात्रता आवश्यक होती. तत्कालीन लोक खूप कर्मठ परंपरा, धारणांमध्ये जगत असल्याने ते ही गोष्ट समजू शकत नव्हते. गौतम बुद्धांना हे ज्ञान आपल्या जुन्या गुरूंना– आलार कलाम यांना– देण्याची इच्छा होती, पण तोपर्यंत त्यांचा मृत्यू झाला होता.

आता त्यांच्यासोबत असलेले पाच साथीदार यासाठी पात्र ठरू शकत होते. बुद्ध प्रवास करत करत त्यांच्याकडे आले. प्रथम कौंडण्य आणि त्याचे साथीदार बुद्धांवर बहिष्कार टाकण्याचाच विचार करत होते. परंतु बुद्धांच्या सान्निध्यात आल्यावर त्यांचे तेज पाहून हे सर्व जण त्यांना शरण गेले, समर्पित झाले. त्यांना उमगले, की गौतमांच्या शरीरात अंतिम सत्य प्रकटले आहे. त्यांनी तत्क्षणी गौतम बुद्धांना आसन देऊन आपली भक्ती व्यक्त केली. अनेक वर्षांच्या तपस्येनंतर ते सत्य श्रवण करण्यासाठी आसुसले होते. तेव्हा बुद्धांनी त्यांच्यासाठी पहिले ज्ञानशिबिर घेतले.

गौतम बुद्धांनी आपल्या प्रवचनात, 'आत्मा, परमात्मा, आकार-निराकार, स्वर्ग-नरक, मागील जन्मांची कर्मे' अशा शब्दांचा वापरच केला नाही. या शब्दांमुळे लोक विनाकारण बुद्धिविलासात गुरफटून बुद्धी आणि वेळेचा योग्य उपयोग न करता मोक्षप्राप्तीपासून वंचित राहतील, असे त्यांना वाटत असे.

असेच एकदा बुद्ध फिरत फिरत एका गावात पोहोचले. तेथील लोकांना गौतम बुद्धांच्या आगमनाविषयी समजताच, ते बुद्धांचा उपदेश ऐकण्यासाठी एकत्र जमले. बुद्धांशी संवाद सुरू झाल्यावर एकाने त्यांना प्रश्न विचारला, 'तुम्ही आतापर्यंत आत्म्याविषयी काहीही सांगितलं नाही, आत्मा असतो का, कृपया याविषयी आम्हांला मार्गदर्शन करा.' हा प्रश्न ऐकून बुद्ध मौन झाले. त्यांनी डोळे मिटून घेतले.

गौतम बुद्धांच्या शिष्यांना बुद्ध या प्रश्नाचे उत्तर देणार नाहीत, हे ठाऊक होते. कारण यापूर्वी त्यांनी बुद्धांना अशाच प्रकारचे प्रश्न विचारले होते, उदाहरणार्थ, मृत्यूनंतर आत्मा कुठे जातो? स्वर्ग कसा असतो? परमात्मा कसा दिसतो? असे अनेक प्रश्न बुद्धांना विचारले गेले होते. अशा वेळी बुद्ध मौन बाळगत असत किंवा ते एका वाक्यात उत्तर देत, 'तथागतांनी या गोष्टी अव्यक्त ठेवल्या आहेत.' त्यामुळे या विषयांवर आपल्याला चर्चा करता येणार नाही, हे शिष्य समजून घेत. मग तो विषय टाळूनच ते इतर विषयांवर चर्चा करत.

या वेळीही बुद्धांनी कुठलेही उत्तर न देता, डोळे मिटून घेतले. काही क्षणांनंतर त्यांनी डोळे उघडले आणि उपस्थित सर्वांना उद्देशून ते म्हणाले, 'एखाद्याला बाण लागल्यानंतर हा बाण कोणी सोडला आहे, कुठल्या धनुष्यातून तो सुटला आहे, कुठल्या धातूचा आहे, त्यावर कोणतं विष लावले आहे, या विषानं किती लवकर मृत्यू येतो, सर्वप्रथम याविषयी माहिती आणा, मगच हा बाण काढा... असं तो विचारतो का? नाही. सर्वांत आधी तो बाण काढण्याचा प्रयत्न करेल. मग या कमी महत्त्वाच्या, व्यर्थ गोष्टींवर विचार केला जाऊ शकतो. पहिल्यांदा दुःखापासून मुक्त होणं गरजेचं असतं. त्यानंतर या

बुद्धिविलासाच्या गोष्टी करायला हव्यात.' हे ऐकल्यानंतर 'अशा प्रश्नांचं उत्तर मिळालं, तरी आपलं दु:ख संपणार नाही. त्यामुळे त्यात वेळ वाया न घालवता दु:खमुक्तीच्या उपायांना प्राधान्य द्यायला हवं, असे बुद्धांना समजावून सांगायचं आहे,' याची जाणीव त्या गावातील लोकांना झाली.

एके दिवशी जंगलातून जात असताना हीच गोष्ट आणखी स्पष्ट करण्यासाठी बुद्धांनी जमिनीवर पडलेली काही पानं आपल्या मुठीत घेतली आणि म्हणाले, 'भिक्षूंनो, जेवढी पानं माझ्या मुठीत आहेत, त्याच्या कितीतरी पटीनं जास्त पानं या जंगलातील झाडांवर आहेत. तुम्हां सर्वांना जितकं आवश्यक आहे, तितकंच मूठभर ज्ञान मी दिलं आहे. यापेक्षा जास्त ज्ञानही माझ्याकडे आहे. पण तुमच्या मुक्तीसाठी त्या ज्ञानाची गरज नाही. या सिद्धान्तावर काम करून तुम्ही दु:खमुक्त व्हा. व्यर्थ बुद्धिविलासात अडकून न राहता वेळेचा सदुपयोग करा. हेच ज्ञान तुम्हांला निर्वाणपद देईल.' त्यामुळे बुद्धिविलासाच्या गोष्टींत अडकून वेळ वाया घालवायचा नाही, हे शिष्यांना उमगले.

अशा प्रकारे आपल्या पाच साथीदारांना भगवान बुद्धांनी पहिला बोध दिला. त्यानंतर आपल्या या साथीदारांसमवेत ते सत्यप्रसारासाठी निघाले. भगवान बुद्धांच्या आगमनाची वार्ता समजताच संबंधित राज्यातील राजे त्यांचा उपदेश ऐकण्यासाठी येत. काही राजांनी बुद्धांकडून दीक्षा घेतली. त्यामुळे त्या राज्यातील प्रजाजन आणि प्रसेनजित, बिंबिसार आदी राजा बुद्धांना शरण आले.

शुद्धोधन राजांनाही भगवान बुद्धांना बोध प्राप्त झाला आहे; आणि ते आपल्या राज्याच्या जवळच आले आहेत, हे समजले, तेव्हा त्यांनी आपल्या पुत्राला राज्यात येण्याचे निमंत्रण दिले. बुद्धांनी हे निमंत्रण स्वीकारून ते कपिलवस्तूत परतले. आपला मुलगा आपल्याच राज्यात भिक्षा मागतो आहे, हे जेव्हा राजा शुद्धोधनाना समजले, तेव्हा त्यांना खूपच वाईट वाटले. ज्या रस्त्यांवरून गौतमांचे रथ जायचे, तेथूनच ते भिक्षा मागत फिरत आहेत, ही बाब शुद्धोधन राजास खूपच खटकली. बुद्धांना भेटल्यानंतर त्यांनी त्याविषयी नाराजी व्यक्त केली. त्या वेळी बुद्ध म्हणाले, 'भिक्षा मागणं, हीच आपल्या वंशाची परंपरा आहे.' त्यावर शुद्धोधन आश्चर्याने म्हणाले, 'आपल्या वंशाची अशी कुठलीही परंपरा नाही.' तेव्हा बुद्ध उत्तरले, 'मी तुमच्या नव्हे, तर माझ्या वंशाविषयी सांगतोय. माझा वंश हा बुद्धांचा वंश आहे. या वंशात स्वत:चा उदरनिर्वाह भिक्षा मागूनच केला जातो.' राजा शुद्धोधनांनी बुद्धांचे काहीही न ऐकता, त्यांचे मन वळवून त्यांना राजमहालात नेले. मग तिथे बुद्धांनी भोजन केले.

बुद्धांची आई प्रजापती गौतमीने बुद्धांचा उपदेश ऐकून त्यांच्याकडून दीक्षा घेतली.

स्वतः महाराणीच संघाशी संलग्न झाल्याने अनेक स्त्रियांसाठी दीक्षेचा मार्ग आता खुला झाला. गौतमांची पत्नी यशोधरेनेही कालांतराने दीक्षा घेतली. यशोधरेने त्या आधी आपला सात वर्षांचा पुत्र राहुलला त्याचे पिता बुद्ध यांच्याकडे आपला उत्तराधिकार मागण्यास पाठवले. राहुलने मुलगा या नात्याने बुद्धांकडे आपला उत्तराधिकार मागितला. बुद्धांनी राहुलला आपली अमूल्य संपत्ती असलेल्या ज्ञानाची दीक्षा दिली आणि त्यालाही संघात सामावून घेतले. आपल्या नुकत्याच विवाह झालेल्या भावाला, नंदलाही बुद्धांनी दीक्षा दिली. शुद्धोधनाच्या माघारी नंदच राज्यकारभार पाहणार होता; पण तोही बुद्धांकडून दीक्षा घेऊन संघात सामील झाला. हे समजल्यानंतर शुद्धोधन खूप नाराज झाले. ते बुद्धांना म्हणाले, 'मुलांना दीक्षा देण्याआधी कमीत कमी त्यांच्या आईवडिलांची परवानगी घेतली जावी.' तेव्हापासून बुद्धांनी, 'मुलांना दीक्षा देताना त्यांच्या आईवडिलांची परवानगी घेतली जावी' असा नियम आपल्या संघात घालून दिला. मग राजा शुद्धोधन वगळता त्यांच्या कुटुंबातील बहुतेक सर्व जणांनी बुद्धांकडून दीक्षा घेतली.

❑❑❑

अध्याय ७

अनुभवातून निघालेली साद

बुद्धांचा चुलत भाऊ देवदत्त अगदी लहानपणापासूनच बुद्धांचा मत्सर करत होता. बुद्धांना सत्यप्राप्ती झाल्यानंतर पुन्हा जेव्हा ते आपल्या राज्यात परतले, तेव्हाही देवदत्तच्या मनात त्यांच्याविषयी मत्सर कायमच होता. बुद्धांच्या कुटुंबातील बहुतेक सर्वांनीच त्यांच्याकडून दीक्षा घेतल्यानंतर नाइलाजाने देवदत्तलाही बुद्धांकडून दीक्षा घ्यावी लागली. त्याच्या मनात बुद्धांविषयीचा तिरस्कार काठोकाठ भरलेला होता. म्हणून बुद्धांना इजा पोहोचेल, त्यांचे नुकसान होईल यासाठी तो सतत कट-कारस्थाने करू लागला.

संघातील लोकांचे कान फुंकून, त्यांना भडकावून तो आपल्याकडे वळवू लागला. सुरुवातीला लोकांना त्याचे म्हणणं खरे वाटत असल्याने ते देवदत्तला साथ देत असत. काही काळानंतर मात्र यामागे त्याचा असलेला कुटील हेतू या सर्वांच्याच लक्षात आला. मग त्यांनी देवदत्तची साथ सोडून दिली. त्यानंतर देवदत्तने दुसरा मार्ग अवलंबला. त्याने आपल्या मित्राचा मुलगा राजा अजातशत्रू यांचे कान फुंकले. त्यामुळे राजा अजातशत्रू बुद्धांचा कडवा विरोधक बनला. त्याने आपल्या राज्यातील बुद्धांच्या समर्थकांना तुरुंगात टाकण्याचा धडाकाच लावला. बुद्धांचे समर्थक असलेल्या आपल्या पित्यालाही अजातशत्रूने बंदिवान केले.

एके दिवशी देवदत्त व अजातशत्रू या दोघांनी बुद्धांच्या हत्येचा कट आखला. त्या दिवशी अजातशत्रूने आपल्या सर्वात बलवान हत्तीला खूप मद्य पाजले. ज्या वेळी बुद्ध जंगलात एकटेच जात होते, त्या वेळी त्यांच्या अंगावर या हत्तीला सोडले. मद्याची

नशा चढल्याने हा हत्ती पिसाळून बुद्धांच्या दिशेने धावत निघाला होता. रस्त्यात येणारे सर्व अडथळे तो उखडून फेकून देत होता. बुद्धांनी हे दृश्य पाहिले. तरीही ते शांतपणे मार्गक्रमण करत राहिले. मात्र, बुद्धांच्या जवळ जाताच तो हत्ती थबकला आणि शांत झाला. बुद्धांसमोर झुकून त्याने बुद्धांना अभिवादन केले. ते दृश्य पाहून अजातशत्रू आणि त्याचे साथीदार आश्चर्यचकित झाले. अनिमिष नेत्रांनी ते हे दृश्य पाहतच राहिले.

मात्र हा चमत्कार कसा झाला, हे कुणालाच समजू शकले नाही. खरे तर त्या वेळी भगवान बुद्ध आत्मगत शांत भावाने हत्तीच्या समोर चालत गेले. व्यक्ती जर स्वानुभवात लीन असेल, तर समोरच्या शरीरातील स्वानुभवास आपसुक साद घातली जाते. अशा वेळी समोरची व्यक्ती आपल्याला कुठलीही हानी पोहोचवू शकत नाही. त्यामुळे बुद्ध व्यक्तींच्या केवळ अस्तित्वानेच कित्येक अनुकूल गोष्टी सहजतया घडतात. म्हणूनच स्वानुभूती मिळवणे या जगासाठी फार उपयुक्त ठरते. भगवान बुद्ध स्वानुभूतीत लीन असल्यामुळेच त्या मदमस्त हत्तीमधील चैतन्य जागृत झाले. चेतना जागृत झाल्यानंतर तो हत्ती बुद्धांसमोर नतमस्तक होऊन त्यांना अभिवादन करू लागला. कारण त्या हत्तीतही तेच चैतन्य होते, ज्याला बुद्धांनी आपल्या स्वानुभूतीद्वारे साद घातल्याने ते जागृत झाले.

तुम्ही दिवसभर अनेक लोकांना भेटता, पण तुमच्यातील चैतन्याला कोणी साद घालत नाही. कारण जोपर्यंत तुम्ही सत्य श्रवण करत नाही, तोपर्यंत स्वतःला शरीर समजूनच जगत असता. अनेक ठिकाणी जाता, अनेक लोकांना भेटता. पण तुमच्या चेतनेला कुणी साद घालत आहे, याचा अनुभव तुम्हांला कधी आलाय का? या घटनेनंतरही राजा अजातशत्रूसह देवदत्त बुद्धांविरुद्ध विविध कट-कारस्थाने करत राहिला. शेवटी अनेक रोगांनी देवदत्तला ग्रासले, त्यातच त्याचा अंत झाला. पण अशा अनेक चुका आणि गैरवर्तणूक करणाऱ्या देवदत्तला भगवान बुद्धांनी सदैव क्षमाच केली.

❑❑❑

अध्याय ८

निर्वाण अवस्थेचे ज्ञान

एकदा एक मुलगा आपल्या आईसोबत जत्रेत गेला. तिथे तो सगळीकडे आश्चर्याने पाहू लागला. कारण तिथे अनेक प्रकारचे स्टॉल्स होते. जसे, खेळण्याची दुकाने, मिठाईची दुकाने इत्यादी. या सर्व दुकानांकडे कुतूहलाने पाहत तो आपल्या आईसोबत चालला होता. एका दुकानातील काही खेळणी त्याला फार आवडली म्हणून तो त्यांना न्याहाळत होता. परंतु अचानक त्याला जाणवले, 'आपली आई तर कुठे दिसत नाही.'

त्या मुलाने मागे वळून पाहिले, तर एका स्त्रीने त्याच्या आईसारखीच साडी नेसलेली होती. तिथे ती काहीतरी विकत घेत होती. तो धावत-पळत त्या स्त्रीजवळ गेला. परंतु ती त्याची आई नव्हती. त्याला वाटले, 'नक्कीच आई या जत्रेत कुठेतरी हरवली.' तो जोरजोरात रडू लागला. त्या मुलाला रडताना पाहून एका दुकानदाराने त्याला खुळखुळा दाखवला. मुलाने त्या दुकानदाराच्या हातातून खुळखुळा घेतला आणि म्हणाला, 'हा मला पाहिजेच.' सुदैवाने त्याच्या आईने त्याच्या खिशात काही पैसे ठेवले होते. ते देऊन त्याने दुकानदाराकडून तो खुळखुळा विकत घेतला आणि वाजवू लागला. त्यानंतर काही वेळ आईची आठवण त्याच्या मनातून धूसर झाली. मग तो पुढे चालू लागला. पण लगेच त्याला त्याच्या आईची आठवण आली. 'माझी आई कुठे आहे' असे म्हणून तो पुन्हा रडू लागला.

अचानक एका स्त्रीची नजर त्या मुलावर पडली. त्या स्त्रीने तिच्या केसांमध्ये गुलाबाचे फूल लावले होते. मुलाला रडताना पाहून तिने ते फूल त्याला दिले. मुलाला

ते फूल खूप आवडले. थोडा वेळ तो आनंदात होता. पण आता पुन्हा त्याला त्याच्या आईची आठवण आली आणि तो रडू लागला.

या कहाणीमागचा आशय म्हणजे या जगातील सर्व बाह्य वस्तू आपल्या मनाला काही काळ संतुष्टी देतात. परंतु खरी शांती निर्वाण प्राप्त केल्यानेच मिळते. याचाच अर्थ, त्या मुलाला आई भेटल्यानंतरच खरा आनंद, संतुष्टी मिळाली. अन्यथा तो क्षणभंगुर गोष्टींमध्येच आनंद शोधत राहिला असता. चला, तर मग आता आपणही त्या आईला म्हणजेच निर्वाण अवस्थेला जाणू या.

निर्वाण अवस्था

एका मेणबत्तीच्या उदाहरणाने आपण ही निर्वाण अवस्था समजून घेणार आहोत.

समजा, एक मेणबत्ती जळत आहे आणि आपण त्यावर फुंकर मारता. फुंकर मारताच मेणबत्तीची ज्योत विझते. मेणबत्ती विझवण्यासाठी तुम्ही ज्योतीवर फुंकर मारता, मेणबत्तीवर नाही. आग ज्वलंत राहण्यासाठी मेणबत्तीच्या आत असलेले मेण मदत करते. हे इंधन स्रोत आहे, जे अग्नी प्रज्वलित ठेवत असते. परंतु फुंकर मारताच अग्नी गायब होतो. जणू कधी तो नव्हताच. याच प्रकारे मनुष्याच्या अंतर्यामी जेव्हा अशी अवस्था प्रकटते, तिलाच 'निर्वाण अवस्था' म्हटले जाते.

इथे मेणबत्ती म्हणजे मनुष्याच्या शरीराचे प्रतीक. त्याच्या आत असलेले इंधन म्हणजे मेण– सेल्फ, स्वानुभव, चैतन्य आणि चेतना यांचे प्रतीक आहे.

प्रज्वलित ज्योत म्हणजे मनुष्याच्या अंतर्यामी असलेल्या अहंकाराचे प्रतीक आहे.

अशा प्रकारे गुरू या अहंकाराला म्हणजे ज्योतीवर फुंकर मारण्याचे काम करतात. परंतु सर्वच लोकांमध्ये अशी अवस्था निर्माण होत नाही. कित्येक वेळा फुंकर मारल्यानंतर एखाद्या मेणबत्तीत म्हणजे व्यक्तीमध्ये ही अवस्था तयार होते. त्यानंतरच मनुष्य सांसारिक मोहमायेतून मुक्त होऊन 'स्व'मध्ये स्थित होतो, अहंकारशून्य होतो. यालाच 'निर्वाण अवस्था' असे संबोधले गेले आहे. निर्वाण या अवस्थेची अनुभूती घेता येते. परंतु शब्दात तिचे वर्णन केले जाऊ शकत नाही. जसे, जीवनानंतर मृत्यू आहे आणि मृत्यूनंतर जीवन आहे. हे जीवन-मृत्यूचे चक्र अव्याहतपणे सुरू असते. अहंकाराचा जन्म होणे...मरणे...पुन्हा जन्म घेणे...या चक्रातून मुक्त होण्यालाच 'निर्वाण' असे म्हणू शकतो.

मनुष्यात असलेला अहंकारच निर्वाण अवस्था प्राप्त होण्यासाठी बाधा बनतो. पण अहंकार समर्पित केल्याने मनुष्य 'स्वानुभव' प्राप्त करतो. हा अहंकार समर्पित करायला

वेळ लागला तर तो इंद्रिय आणि वेळ यांचे बळ प्राप्त करून ज्वालेचे रूप धारण करतो. अन्यथा ती ज्योत एक फुंकर मारल्यानेच विझली असती. मनुष्य जेव्हा निर्वाणाचे ज्ञान प्राप्त करून अहंकार समर्पित करतो, तेव्हा त्याच्या मनात सत्याप्रति प्रेम जागृत होते. या प्रकारच्या समर्पणात फुंकर जोरात मारली गेल्याने मनुष्य लवकरच सदेह मुक्ती प्राप्त करतो. भगवान बुद्धांच्या मतानुसार निर्वाणाची अवस्था तोच समजू शकतो, ज्याने याचा अनुभव करून दुःखमुक्तीची अवस्था प्राप्त केली असेल. अनुभूती नसेल तर केवळ प्रतीके आणि उदाहरणांच्या माध्यमातूनच ही अवस्था समजू शकते.

निर्वाणाची अवस्था प्राप्त केल्यानंतर स्थिरतेची स्थिती येते. ज्याप्रमाणे मेणबत्ती फुंकर मारल्यानंतर शांत आणि स्थिर होते, त्याचप्रमाणे ज्या मनुष्यामध्ये ही अवस्था प्राप्त होते त्याला, त्याचे काही हरवले आहे... त्याच्यातून काही कमी झाले आहे... असे कधीही वाटत नाही. मेणबत्ती विझली हे दिसते; परंतु मनुष्यातील अहंकार नष्ट झाला हे कोणाला दिसत नाही. कारण ती आंतरिक बाब आहे. मनुष्याला कधीही रिक्त व्हायला आवडत नाही.

तो रिक्त होत नाही म्हणून त्याच्यात ईश्वरापासून स्वतःला वेगळे मानण्याची वृत्ती, म्हणजे मेणबत्तीची ज्योत तयार होते. या ज्योतीशी (अहंकाराशी) जेव्हा प्रेम आणि क्षमा जोडली जाते, तेव्हा ती विलीन होण्यास तयार होते. त्यानंतर सत्याची फुंकर मारल्याने ती निर्वाणाला प्राप्त होते.

लोकांना निर्वाण किंवा समाधी यांसारखे शब्द सुरुवातीला आवडत नाहीत. कारण तिथे त्यांना मृत्यूच आठवतो. परंतु गुरूंनी ज्ञान दिल्यानंतर मनुष्यात ती अवस्था प्राप्त करण्याची इच्छा जागृत होते.

निर्वाण अवस्थेचे पुढील दोन प्रकार आहेत.

निःशेष निर्वाण

मनुष्य मृत्यूसमयी 'निर्वाणा'ची अवस्था प्राप्त करतो, तेव्हा तिला निःशेष निर्वाण असे म्हटले जाते. मात्र, त्या वेळी त्याच्याकडे या निर्वाण अवस्थेचा लाभ घेण्यासाठी किंवा त्या अवस्थेचे वर्णन करण्यासाठी वेळच उरत नाही. म्हणून तिला 'निःशेष निर्वाण' असे म्हटले गेले आहे. मनुष्याला मृत्यूच्या वेळी शरीर वेगळे आणि तो वेगळा असे जाणवते. त्या वेळी त्याची जी अवस्था असते, ती त्याने यापूर्वी आयुष्यात कधीही अनुभवलेली नसते. इतकेच काय पण आनंदी असतानाही ही अवस्था त्याला कधीही जाणवलेली नसते. मात्र मृत्यूच्या वेळी जीवनाचे अंतिम सत्य त्याच्या लक्षात येते.

मात्र, प्रत्येक मनुष्याच्या अंतर्यामी अशी अवस्था प्रकट होईलच असे नाही. जे लोक स्वानुभवाला समजून घेण्याचा प्रिय प्रयास करतात, त्यांच्या लक्षात ही अवस्था लगेच येते.

अवशेष निर्वाण (सदेह निर्वाण)

अवशेष निर्वाण म्हणजे जिथे निर्वाण मिळाल्यानंतरही मनुष्याचे आयुष्य शिल्लक असते. अद्याप शरीर जिवंत आहे म्हणून या निर्वाणाला विशेष महत्त्व आहे. यासाठीच याला विशेष निर्वाण असेही म्हणू शकतो. गौतम बुद्धांना जिवंत असतानाच ही निर्वाण अवस्था प्राप्त झाली. म्हणून तिला 'सदेह निर्वाण' संबोधले गेले. कारण त्यांचे चरित्र जाणून लोकांच्याही मनात सत्याविषयी तृष्णा जागृत होते, प्रार्थना निघते, 'आम्हांलाही सदेह निर्वाणाची अवस्था प्राप्त व्हावी.'

मरणोत्तर जीवनात निर्वाण

मृत्यूनंतरच्या जीवनातही शरीर म्हणजे मेणबत्ती असतेच. मनुष्य तिथेही जीवन जगत असतो. इथेदेखील त्याचा अहंकार शून्यात विलीन होऊ शकतो. काही मेणबत्त्या अशा असतात ज्यांना आपण विझवले, तरी त्या परत पेटतात. मग आपण जोरात फुंकर मारतो, जेणेकरून ती पुन्हा प्रज्वलित होऊ नये. याचाच अर्थ, काही लोकांमध्ये अहंकार नष्ट तर होतो; पण काही काळाने तो पुन्हा जागृत होतो. अशा लोकांसाठी गुरूंना खूप काम करावे लागते. वारंवार फुंकर मारल्यानंतरही त्यांच्यातील अहंकार जागृत होतच राहतो. कारण या लोकांना मोहवश शून्याची किंवा निर्वाणाची अवस्था आवडत नाही. मोहपाशाच्या जाळ्यांतून मुक्त होणे का आवश्यक आहे हे आता आपण समजून घेऊ या.

मोहमायेचे जाळे

ज्या लोकांनी स्वतःला मोहमायेच्या बंधनांतून मुक्त केले आहे, ज्यांना सत्याचे ज्ञान झाले आहे, असेच लोक या सत्यमार्गावर मार्गक्रमण करू इच्छितात. अन्यथा इतर कुणाला याचा विचारदेखील येणार नाही. काही लोक मोहमायेच्या जाळ्यातून ज्योतीपासून ज्वाळा बनले आहेत. त्यांच्यात अहंकार इतका ठासून भरलेला असतो, की तो कितीही नष्ट करण्याचा प्रयत्न केला, तरीदेखील नष्ट होत नाही. विकार म्हणजे अशी ज्वाळा ज्याला आपण कितीही फुंकर मारली तरी ती विझत नाही. अशा लोकांना सत्याचा मार्ग आवडत नाही. शिवाय, जे लोक त्या मार्गावर वाटचाल करतात, त्यांनादेखील त्यापासून

परावृत्त करण्याचा प्रयत्न ते करतात. अशा लोकांसाठी बुद्धांसारख्या गुरूंची नितांत आवश्यकता असते.

अंगुलीमालचे उदाहरण आपण ऐकलेच असेल. अंगुलीमाल असा दरोडेखोर होता, जो लोकांना मारून, त्यांची बोटं कापून त्यांची माळ बनवून ती आपल्या गळ्यात घालत असे. परंतु भगवान बुद्धांच्या संपर्कात येताच त्याची हत्या करण्याची, बोटं जमा करण्याची वृत्ती नष्ट झाली. याचाच अर्थ, गुरूंच्या सान्निध्यात आल्यानंतर डाकूंमध्येदेखील परिवर्तन घडते.

मात्र, काही लोक असे असतात, जे गुरूंच्या संपर्कात आधीपासून असले तरी त्यांच्यात तीळमात्रही बदल घडत नाही. जसा, भगवान बुद्धांचा भाऊ देवदत्त. सिद्धार्थांने राजा बनूच नये अशी त्याची इच्छा होती. बालपणापासूनच त्याच्या मनात सिद्धार्थांविषयी द्वेष, मत्सराची भावना होती. अशा लोकांवर गुरूंच्या फुंकर मारण्याचा काहीही परिणाम होत नाही. सिद्धार्थांना जेव्हा निर्वाण अवस्था प्राप्त झाली आणि ते भगवान बुद्ध बनले, तेव्हा निर्वाण म्हणजेही राजा बनण्यासारखेच एक पद असेल, असे त्याला वाटले. ज्याप्रमाणे त्याला राजा बनायचे होते, त्याप्रमाणे आता हे निर्वाण पदही प्राप्त करायचे होते. परंतु ही अवस्था प्राप्त करण्यासाठी अहंकार समर्पित करून त्याला शून्य व्हावे लागेल, हे ठाऊक नव्हते. कारण अहंकाराच्या समर्पणाने निर्वाण अवस्था प्राप्त होऊ शकते; देवदत्त नाव ठेवल्याने नाही.

❑❑❑

खंड ३

भगवान बुद्धांचे प्रमुख शिष्य

अध्याय ९

पुन्नची भक्ती

भगवान बुद्धांच्या या वाटचालीत त्यांच्या सहवासात अनेक साधू आले. शेकडो शिष्य असणारे साधूही बुद्धांशी संवाद साधल्यानंतर आपल्या शिष्यांसह दीक्षा घेऊन बुद्धांच्या संघात सामील होत असत. त्यामुळे प्रारंभीच्या काळात बुद्धांच्या संघाचा विकास आणि विस्तार वेगाने झाला. भगवान बुद्ध आपल्या शिष्यांना सांगत, 'भिक्षूंनो, ज्यांची दृष्टी अद्याप धुळीनं अंधुक झाली नाही, त्यांच्यापर्यंत माझा संदेश पोहोचवा. सत्याचा हा संदेश ते नक्कीच ऐकतील.' अशा प्रकारे बुद्धांचे शिष्य उत्तर व पूर्व भारतासह चारही दिशांना पोहोचले.

भगवान बुद्धांचे शिष्य भिक्षा मागण्यासाठी गावोगावी जात, तेव्हा त्यांचे प्रसन्न चेहरे पाहून लोकांनाही बोध प्राप्त करण्याची प्रेरणा मिळत असे. आपण ज्याचा अविरत शोध घेत आहोत, ते या भिक्षूंना मिळाले आहे, याची जाणीव तत्क्षणी सत्यशोधकांना होत असे. मग हे सत्यसाधक बुद्धांना शरण येत असत.

व्यापारासाठी भारतात आलेले काही परदेशी व्यापारी बुद्धांच्या सहवासात आले. त्यांनी बुद्धांकडून दीक्षा घेतली आणि ते आपल्या देशात परतले. अशा प्रकारे बुद्धांची शिकवण चीन, कोरिया, जपान, थायलंड, ब्रह्मदेश (म्यानमार), तिबेट, नेपाळ यांसारख्या देशांत पोहोचली. अशांपैकी पुन्न या परदेशी प्रवाशाने आपल्या देशात पुन्हा परतण्याची आणि सत्याचा प्रचार आणि प्रसार करण्याची परवानगी बुद्धांकडे मागितली. त्या वेळी बुद्धांनी पुन्नला अनेक प्रश्न विचारून त्याच्या भक्तीची परीक्षा घेतली. ही प्रश्नोत्तरे अशी:

बुद्ध : तुझ्या देशातील लोक ही शिकवण स्वीकारणार नाहीत. ते तुला शिवीगाळ करतील. तुला वाईटसाईट बोलतील. त्या वेळी तू काय करशील?

पुन्न : ते लोक खूप चांगले आहेत, असं मी समजेन. कारण त्यांनी मला फक्त शिवीगाळ केली, मारलं तर नाही ना!

बुद्ध : या लोकांनी तुला मारहाण केली, तर तू काय करशील?

पुन्न : या लोकांनी मला फक्त मारहाण केली आहे, दगडाने अथवा काठीने मारहाण केली नाही, त्यामुळे हे लोक खूप चांगले आहेत, असंच मी समजेन.

बुद्ध : त्यांनी दगडानं किंवा दांडक्यानं तुला मारहाण केली, तर काय करशील?

पुन्न : त्यांनी मला मारण्यासाठी शस्त्रांचा वापर केला नाही, त्यामुळे ते चांगलेच आहेत, यावर मी विश्वास ठेवीन.

बुद्ध : त्यांनी शस्त्रांचा वापर करून तुला जखमी केलं तर तू काय करशील?

पुन्न : या लोकांनी मला फक्त जखमी केलं आहे, मला मारून टाकलं नाही, त्यामुळे ते चांगलेच असल्याचं मी समजेन.

बुद्ध : त्या लोकांनी तुला मारून टाकलं, तर मरताना तुला कसं वाटेल?

पुन्न : माझ्याकडून पापकर्मं, चुका होण्याची शक्यता होती, जीवनातून मुक्ती मिळवून देण्यास ते निमित्त ठरले म्हणून मी त्यांचे आभारच मानेन.

बुद्ध : (प्रसन्न होत...) पुत्रा, तू खऱ्या अर्थानं ज्ञान ग्रहण केलं आहेस. तेव्हा आता तू तुझ्या देशात परतू शकतोस.

भगवान बुद्ध स्वतः एका राज्यातून दुसऱ्या राज्यात, एका जंगलातून दुसऱ्या जंगलात प्रवास करत असत. एकाच ठिकाणी ते फार काळ थांबत नसत. आपल्या पावलांखाली चुकून एखादा जीवजंतू येऊन तो मृत्युमुखी पडू नये, याची काळजी घेण्यासाठी ते केवळ पावसाळ्यात एकाच ठिकाणी मुक्काम करत. तिथे त्यांचे सर्व भिक्षू सतत ध्यानसाधनेत मग्न राहत.

संघाच्या कामाचा व्याप वाढल्यानंतर बुद्धांच्या दैनंदिन सेवेची जबाबदारी त्यांचा चुलत बंधू आनंदने सांभाळली. हे काम सांभाळण्यासाठी आनंदने एकच अट घातली होती, ती म्हणजे भगवान बुद्धांची सर्व प्रवचने त्याला ऐकवली जावीत. आनंदवर बुद्धांसोबत सतत राहण्याची, त्यांच्या आहाराची, कपडे-भांडी धुण्याची, मालिश करण्याची, लोकांच्या भेटीगाठी घडवून आणण्याची, बुद्धवाणी पाठ करण्याची... अशा अनेक जबाबदाऱ्या होत्या.

कालांतराने भगवान बुद्धांची कीर्ती सर्वदूर पसरली.

❑❑❑

अध्याय १०

अंगुलीमाल बनला भिक्षू

एका घनदाट जंगलात अंगुलीमाल नावाचा एक क्रूर दरोडेखोर राहत होता. त्या जंगलाच्या आवतीभोवती अनेक गावे होती. त्या गावातील व्यापाऱ्यांना एका गावाहून दुसऱ्या गावाला व्यापारासाठी जात असताना या जंगलातून जावे लागे. तेव्हा हा अंगुलीमाल त्यांची हत्या करून त्यांच्या हाताचे बोट कापून आपल्या गळ्यातील माळेत गुंफत असे. एक मनुष्य मारल्यावर त्याच्या गळ्यातील बोटांमध्ये भर पडत असे. जसजशा तो हत्या करायचा, तसतशी त्याच्या गळ्यातील माळ लांब होत जायची. त्यामुळे त्याची दहशत दूरदूरच्या गावांपर्यंत पसरली होती.

एके दिवशी बुद्ध आपल्या संघासमवेत प्रवास करत करत एका गावात पोहोचले. ते गाव अंगुलीमालच्या जंगलालगतच वसलेले होते. त्या गावातील रहिवाशांशी संवाद साधल्यानंतर बुद्धांना त्यांच्या या समस्येविषयी माहिती मिळाली. त्यांनी अंगुलीमालला भेटण्याचा निश्चय केला व ते जंगलाकडे निघाले. अनेक जणांनी त्यांना रोखण्याचा प्रयत्न केला; पण त्यांनी कुणाचेच ऐकले नाही. बुद्ध त्या जंगलाच्या अधिक घनदाट आणि धोकादायक भागात पोहोचले. त्या दाट जंगलात पोहोचल्यानंतर बुद्धांना समोरच्या झाडीत काहीतरी हालचाल जाणवली. जसे ते त्या झाडीकडे निघाले, तशी अचानक एक भयानक दिसणारी व्यक्ती त्या झाडांतून उडी मारून बुद्धांसमोर आली. त्याच्या गळ्यात मानवी बोटांची रक्तबंबाळ अशी माळ होती. तिचे कपडे रक्ताने माखलेले, केस लांब आणि विसकटलेले होते. वाढलेल्या दाढीमुळे तिचा सर्व चेहरा जवळपास झाकला गेला

होता. त्यातून संतप्त लालबुंद नजरेने ती बुद्धांकडे पाहत होती. बुद्धांनी कुठलीच प्रतिक्रिया न दिल्याने तिचा आवेश अधिकच वाढला. तिने एका हाताने तलवार हवेत उंचावली आणि बुद्धांच्या दिशेने आरडाओरडा करत ती त्यांच्या निकट येऊ लागली.

ते भयानक दृश्य पाहून एखाद्या सामान्य व्यक्तीची तर भीतीने बोबडीच वळाली असती. जागच्या जागीच तो थिजून गेला असता किंवा आपला जीव मुठीत धरून पळत तरी सुटला असता. पण त्या भयानक अंगुलीमालला आपल्याकडे येताना पाहून बुद्ध अतिशय शांतपणे जागेवरच उभे राहिले. त्यांच्या चेहऱ्यावर अंतरंगातील प्रगाढ शांतता विलसत होती. त्या अंगुलीमालचे भयानक रूप आणि आरडाओरडा ऐकून त्यांची शांती जराही ढळली नाही. अंगुलीमाल जेव्हा बुद्धांच्या निकट आला, तेव्हा त्यांचा अविचल, शांत चेहरा पाहून तोही थबकला आणि गोंधळून गेला. क्षणभर त्याला असे वाटले, या व्यक्तीला तिच्यासमोर कोणते संकट उभे ठाकले आहे, याची बहुधा कल्पना नसावी. कदाचित माझ्याविषयीची माहिती नसावी.

त्याने बुद्धांना दरडावतच विचारले, 'मी कोण आहे, हे तुला ठाऊक नाही का? माझ्या गळ्यातील बोटांची ही माळ पाहा. आता तुला मारून मी यात आणखी एका बोटाची भर घालणार आहे.'

गौतम बुद्ध त्याला उत्तर देताना म्हणाले, 'मित्रा तू कोण आहेस, हे मला ठाऊक आहे. तू अंगुलीमाल नावानं प्रसिद्ध आहेस. शिवाय तू काय करतोस, हेही मला माहीत आहे.' गौतम बुद्धांच्या आवाजात प्रेम आणि करुणा ओतप्रोत भरलेली होती.

गौतम बुद्धांचे शब्द ऐकून अंगुलीमाल आश्चर्यचकित झाला. आपण ज्याची हत्या करणार आहोत, तीच व्यक्ती आपल्याला मित्र संबोधून आपल्याशी इतक्या शांतपणे संवाद कशी साधू शकते? हे कोडे त्याला काही केल्या उलगडेना. बुद्धांच्या नजरेत त्याला अपार करुणा दिसली. त्याला कित्येक वर्षांत कुणीही 'मित्र' या शब्दांनी हाक मारली नव्हती.

बुद्ध पुढे म्हणाले, 'मित्रा, तुझी माळ अधिक सुशोभित व्हावी, यासाठी मी तुला निश्चित माझी बोटं देईन. पण त्याआधी मला समोरच्या झाडाची पानं तोडून आणून दे.' अंगुलीमालने लगेच समोरच्या झाडाची काही पानं तोडून बुद्धांना आणून दिली.

बुद्ध त्याला म्हणाले, 'आता ही तोडलेली पानं जशीच्या तशी त्या झाडांना जोड.'

त्यावर अंगुलीमाल म्हणाला, 'मी हे करू शकत नाही.'

त्यानंतर गौतम बुद्ध त्याला समजावत म्हणाले, 'हीच गोष्ट तुला समजावून सांगण्यासाठी मी आलो आहे. कुठलीही गोष्ट तोडणं फार सोपं असतं, पण जोडणं तेवढंच

अवघड असतं. संतापाच्या भरात निर्दोष व्यक्तींची हत्या करणं अगदी सहज असतं. पण क्रोध बाजूला ठेवून समोरच्याला क्षमा करणं, त्याच्यावर प्रेम करणं तेवढंच कठीण आहे. खऱ्या वीराचं हेच लक्षण आहे.'

एवढं सांगून बुद्धांनी आपले दोन्ही हात त्याच्यासमोर केले आणि म्हणाले, 'अजूनही तुला माझी बोटं हवी असतील तर पुढे येऊन ती खुशाल कापून घे.'

जीवनातील विविध अडचणी, समाजाने केलेली हेटाळणी, उपेक्षा, अवहेलना सहन करावी लागल्याने अंगुलीमालचे हृदय कठोर आणि स्वभाव क्रूर झाला होता. मात्र, बुद्धांच्या करुणेच्या आणि निरपेक्ष प्रेमाच्या दर्शनाने क्षणार्धात अंगुलीमालचे हृदयपरिवर्तन झाले. त्याने आपली तलवार फेकून दिली आणि बुद्धांच्या चरणावर लोटांगणच घातले. आणि क्षमायाचना करत बुद्धांना शरण जाण्याची इच्छा व्यक्त केली. गौतम बुद्धांनी त्याला उठवून प्रेमाने आलिंगन दिले. त्यानंतर त्यांनी अंगुलीमालला पुन्हा गावात आणले.

प्रारंभी अंगुलीमाल इतका बदलला आहे, यावर लोकांचा विश्वासच बसत नव्हता. मग हळूहळू लोकांनी त्यावर विश्वास ठेवला. त्यानंतर बुद्धांनी अंगुलीमालला दीक्षा दिली. त्याने आपले लांब केस कापले आणि तो भिक्षू बनला. आता गौतम बुद्धांसोबत त्याची वाटचाल सुरू झाली. या प्रवासात अनेकदा अंगुलीमालने मारलेल्या व्यक्तींची गावं येत. मग त्या गावातील लोक अंगुलीमालला शिवीगाळ करायचे, त्याच्यावर दगडफेक करायचे. पण बुद्धांकडून ज्ञानप्राप्ती झाल्यानंतर अंगुलीमालने सत्य जाणले होते. आता त्याच्या मनात क्रोधाऐवजी करुणा निर्माण होत असे. त्या सर्वांना क्षमा करून, अंगुलीमाल त्यांच्या भल्यासाठी प्रार्थना करत असे. त्याच्यासाठी असे वागणे सहज बनले. अशा प्रकारे भगवान बुद्धांच्या सहवासात आल्यानंतर अंगुलीमालसारख्या क्रूर दरोडेखोराचेही हृदयपरिवर्तन झाले.

❑❑❑

अध्याय ११

कथा गौतमीची

एकदा किसा गौतमी नावाच्या एका स्त्रीचा छोटा मुलगा अकाली निधन पावला होता. हे दुःख ती काही केल्या स्वीकारू शकत नव्हती. आपल्या मुलाचा मृतदेह ती अनेकांकडे घेऊन गेली. तिच्या मृत मुलाला कोणी जिवंत करावे यासाठी मदतीची याचनाही करत होती. मात्र, तिची ही मागणी पूर्ण करणे कुणालाही शक्य नव्हते. तिचे दुःख पाहून कुणीतरी तिला गौतम बुद्धांकडे जाण्याचा सल्ला दिला. तिला वाटले, बुद्ध नक्कीच आपल्या मुलाला जिवंत करतील. म्हणून मुलाचे पार्थिव घेऊन ती बुद्धांकडे गेली. बुद्धांनी तिचे म्हणणे शांतपणे ऐकून घेतले आणि तिची मागणी नाकारलीही नाही. बुद्धांचा व्यक्तिगणिक शिकवण्याचा ढंग वेगवेगळा होता. बुद्ध गौतमीला म्हणाले, 'तुझ्या मुलाला जिवंत करण्यासाठी गावातील अशा घरातून मोहरीचे दाणे घेऊन ये, ज्या घरातील लोकांच्या कुठल्याही नातलगाचा आजवर कधी मृत्यूच झाला नाही.'

बुद्धांच्या या अटीमागचे मर्म किसा गौतमी समजू शकली नाही. ती तशीच गावाकडे धावत सुटली. तिने संध्याकाळपर्यंत गावातील बहुतेक सर्व घरांचे दरवाजे ठोठावले. पण ज्या घरात एकही मृत्यू झालेला नाही, असे घर तिला संध्याकाळपर्यंत काही सापडले नाही. बुद्धांना आपल्याला नेमके काय समजावून सांगायचे आहे, याचे भान मात्र संध्याकाळ संपताना गौतमीला आले. ती बुद्धांना शरण गेली आणि त्यांच्याकडून दीक्षा घेऊन संघात सामील झाली.

गौतमीच्या या उदाहरणाद्वारे बुद्धांनी सर्वांना मृत्यूचे वास्तव सांगितले. खरे तर

आपल्याला रोजच मृत्यूचे दर्शन घडत असते. साधारणपणे दररोज कुणी ना कुणी मृत्युमुखी पडतच असते. परंतु जेव्हा आपल्या नातलगाचा मृत्यू होतो, तेव्हा तुम्ही त्याकडे कसे पाहता? आता मला अमुक सुख मिळणार नाही...आता मी एकटा पडेन...असे विचार सामान्यपणे माणसाच्या मनात येत असतात. या घटनेकडे कुणी अज्ञानातून पाहत असेल, तर तो नक्कीच दुःखी होतो. वास्तविक अशा घटना पाहताना जी समज असणे अपेक्षित आहे, नेमका तिचाच अभाव असतो. मनुष्याला खऱ्या अर्थाने निरीक्षणाची कला अवगत झाली, तर अनेक जण अशा मृत्युदर्शनानेच आमूलाग्र बदलून जातील. गौतमीचा जसा कायापालट झाला, तसा त्यांचाही होईल. भगवान बुद्धांच्या मार्गदर्शनामुळे स्वतःच्या मुलाचा मृत्यू किसा गौतमीच्या आध्यात्मिक प्रगतीसाठी कारणीभूत ठरला.

❑❑❑

अध्याय १२

अनाथपिंडकाचे दान

अनाथपिंडक हा मुळातच खूप दानशूर होता. तो नेहमी गरिबांना भरपूर दान करत असे. याच कारणामुळे सुदत्तऐवजी अनाथपिंडक असे त्याचे नाव पडले होते. त्याच्या दारातून कुणी रिक्त हाताने माघारी गेला, असे कधीच घडले नव्हते. एके दिवशी अनाथपिंडक काही कामानिमित्त त्याच्या बहिणीच्या सासरी गेला होता. तिथेच त्याला भगवान बुद्धांचा सहवास लाभला. बुद्धांचे प्रवचन ऐकून तो खूप प्रभावित झाला आणि बुद्धांना शरण गेला.

'मला मानवसेवा करण्याची मनापासून इच्छा आहे', असे सांगून त्याने भगवान बुद्धांना विचारले, 'माझी सर्व संपत्ती, माझं घर आणि व्यापार यांचा त्याग करून आध्यात्मिक जीवनाचं सुख मिळवण्यासाठी मी बेघर होणं योग्य ठरेल काय?' त्यावर बुद्धांनी त्याला उत्तर दिले, 'ज्याला धनाची आसक्ती नाही, ज्याच्याजवळ धन आहे; पण जो त्याचा योग्यरीत्या उपयोग करतो, त्या प्रत्येक व्यक्तीला आध्यात्मिक सुख उपलब्ध आहे. अशी व्यक्ती संपूर्ण मानवजातीसाठी एक वरदानस्वरूप ठरते. अशा व्यक्तीचं जीवन ऐश्वर्य आणि सत्तेमुळे गुलाम बनत नाही; परंतु जीवन, ऐश्वर्य आणि अधिकाराप्रति असलेल्या आसक्तीला आपला गुलाम बनवते. व्यक्ती कोणतंही काम करत असेल... मग ते व्यापार, नोकरीचा किंवा प्रपंचाचा त्याग करून ध्यानधारणा करत असो, तिनं हे काम मनापासून केलं पाहिजे. एखादी व्यक्ती सतत मेहनत करून चैतन्यमयी राहत असेल, जीवनात संघर्ष करतानाही मनात ईर्षा, द्वेषभावनेला थारा नसेल,

प्रापंचिक आयुष्यातही स्वार्थी वृत्तीला थारा न देता परमार्थ करत जीवन जगत असेल, तर त्या व्यक्तीचं मन आनंद, शांती आणि सुख यांनी परिपूर्ण असेल, यात शंकाच नाही.'

भगवान बुद्धांचा उपदेश ऐकून आपणही या संसारात राहूनच सत्य प्राप्त करू शकतो ही गोष्ट अनाथपिंडकाच्या लक्षात आली. त्यानंतर तो त्यांचा शिष्य बनला. त्याने मोठ्या श्रद्धेने बुद्धांना, 'पुढील पावसाळ्यात माझ्याकडे संघासहित मुक्कामास यावं' असे आमंत्रण दिले. बुद्धांनीही त्याचे आमंत्रण आनंदाने स्वीकारले.

आता अनाथपिंडक बुद्धांच्या निवासव्यवस्थेची तयारी करू लागला. किती तरी दिवस तो योग्य परिसर, घर, बागेच्या शोधार्थ भटकत राहिला. अखेर राजकुमार जेत यांचा बगिचा त्याला आवडला. अनाथपिंडकाने राजकुमार जेत याच्याकडे त्या जमिनीचा खरेदीव्यवहार करण्याची इच्छा व्यक्त केली. पण राजकुमाराने ती जमीन त्याला विकण्यास स्पष्ट नकार दिला. त्यानंतर मग अनाथपिंडकाने राजकुमाराला त्या जागेची वाटेल ती किंमत देण्याचे वचन दिले. राजकुमाराने विचार केला, 'अनाथपिंडकाला अशी किंमत मागावी, जेणेकरून ती द्यायला तो कधीच तयार होणार नाही.' म्हणून तो अनाथपिंडकाला म्हणाला, 'तुम्हांला जी जमीन पाहिजे त्यावर सोन्याची नाणी पसरा, त्या नाण्यांनी जेवढी जमीन व्यापेल, तेवढी जमीन तुमची होईल.'

हे ऐकून अनाथपिंडक अतिशय आनंदित झाला. त्याने गाड्या भरभरून सुवर्णमुद्रा आणल्या. ते पाहून राजकुमार जेतला खूपच आश्चर्य वाटले. हा माणूस कुणासाठी एवढे सगळे करतो आहे, असा प्रश्न त्याला पडला. या सोन्याच्या नाण्यांनी बरीचशी जमीन व्यापून गेली, तेव्हा त्याने अनाथपिंडकाला थांबवले आणि उरलेली जमीनही त्याला देऊन टाकली. भविष्यात अनाथपिंडकाची हीच जमीन 'जेतवनाराम' नावाने ओळखली जाऊ लागली. पुढे भगवान बुद्धांनी पावसाळ्यात अनेक वर्षे इथेच मुक्काम केला होता. अशा रीतीने अनाथपिंडकाच्या उदारपणामुळे हजारो साधकांना तिथे सत्यप्राप्ती करता आली.

❑❑❑

खंड ४

सुख-दुःखापल्याड तेजुख
भगवान बुद्धांचे चार आर्य सत्य

अध्याय १३

सुख-दुःखापल्याडचे तेजुख

दुःख या शब्दात दोन अक्षरं आहेत. पहिले अक्षर 'दुः' आणि दुसरे अक्षर 'ख' आहे. आपल्याला माहीत आहे, की जी गोष्ट वाईट असते, तिला संबोधताना प्रथम 'दु' हे अक्षर लावतात. उदाहरणार्थ, सरकारचे कामकाज वाईट असेल, तर दुःशासन म्हणतात. भावना चांगली नसेल तर दुर्भावना म्हणतात. त्याचप्रमाणे हिंदीत दुःखाला आणखी एक शब्द आहे दुविधा. त्यातील 'दु' काढून टाकला तर मागे राहतो विधा किंवा विदा. विदा या हिंदी शब्दाचा अर्थ आहे निरोप देणे. त्या अर्थाने कुणा जवळच्या व्यक्तीस निरोप दिल्यास दुविधा म्हणूयात आणि निरोप देताना आनंद वाटला तर त्यास सुविधा म्हणता येईल. कारण त्यातून सुख मिळाले. अशा प्रकारे आपण जेव्हा विकारांचा निरोप घेतो, तेव्हा आपल्याला सुविधा मिळते. आपल्या वृत्ती आणि पारंपरिक समजुतींचे जोखड सोडताना आपल्याला सुख मिळत असेल, तर याचाच अर्थ तुम्ही प्रगतिपथावर आहात. तसे करताना वाईट वाटत असेल, तर तुम्ही दुःखी आहात.

तुम्ही कुणाचा निरोप घेता किंवा कुणापासून विभक्त होता तेव्हा तुम्हांला कसे वाटते? बहुतेक वेळा दुःखच होते. या मोहाला मुरड घालण्यासाठी भगवान बुद्धांच्या उपदेशांमध्ये अनासक्त होण्याला खूप महत्त्व दिले आहे.

आपण जेव्हा एखाद्या गोष्टीचा किंवा व्यक्तीचा निरोप घेतो, तेव्हा दुःख होते. उदाहरणार्थ, आपण सकाळी झोपेतून जागे होतो, तेव्हा आपल्याला वाटते, आणखी थोडा वेळ झोपायला मिळाले असते तर...टीव्हीवरील एखादा आवडता कार्यक्रम संपल्यावर

आपल्याला दुःख होते. स्वादिष्ट अन्न मिळणे बंद झाल्यास दुःख होते. हे दुःख म्हणजे खरे तर दुविधा आहे.

माणसाच्या आयुष्यात अशा कितीतरी दुविधा, संभ्रम असतात, हे आपल्याला माहीत आहेच. उदाहरणार्थ, एखाद्या व्यक्तीच्या लक्षात येते, की आपले केस गळत आहेत, तर तिला दुःख होते. उठताना, बसताना, बोलताना, चालताना, पळताना शरीराची मिळणारी साथ वयोमानपरत्वे कमी होत जाते, त्याचेही माणसाला दुःख होतेच. जेव्हा मुलगी लग्नानंतर सासरी जायला निघते, तेव्हा तिच्या कुटुंबातील सदस्य रडतात. कारण जवळच्या नातलगांना तिला निरोप देताना दुःखच होते.

दुःखमधील दुः म्हणजे वाईट आणि ख म्हणजे विचार. ज्या विचारांमुळे त्रास होतो किंवा वाईट वाटते त्याला दुःख; तर ज्या विचाराने आपण सुखावतो, त्याला सुख म्हणतात. याव्यतिरिक्त आणखी एक शब्द आहे... तेजुख. परंतु हा विचार (शब्द) कल्पनेपलीकडचा आहे. अशा संकल्पना जेव्हा नव्या आणि अर्थगर्भ शब्दांत प्रस्तुत केल्या जातात, तेव्हाच त्या समजतात.

आता प्रश्न हा आहे, की हे तेजुख केव्हा येते? जेव्हा दुःखही नसते आणि सुखही नसते तेव्हा काय उरते? तर फक्त 'आहे'. म्हणजेच या प्रश्नाचे उत्तर याच वाक्यात दडलेले आहे. व्यक्तीला दुःखापासून मुक्ती हवी असते; पण सुखापासून दूर जायची कुणाचीही इच्छा नसते. कारण सुख सगळ्यांनाच हवेहवेसे वाटते. म्हणूनच लोक सुख-दुःखापलीकडे असलेल्या तेजुख अवस्थेपर्यंत पोहोचू शकत नाहीत. त्यासाठी प्रशिक्षणाची गरज असते.

जो विचार आपल्याला विचारांपासून मुक्त करतो, तोच आपल्या उपयोगाचा आहे. अन्यथा मनुष्य नेहमी विचार आणि कल्पना यात जगत असतो. शेखचिल्लीप्रमाणे त्यातच सुख शोधत राहतो. मनुष्याला जेव्हा याविषयी जाणीव होते, तेव्हा त्याच्या मनात विचारांपासून मुक्ती मिळवण्याची सदिच्छा जागृत होते. आपण अशा अवस्थेत पोहोचू शकतो, असा विश्वास त्याला वाटू लागतो. माझ्याबाबतीतही असे घडू शकते का, असा विचार जेव्हा माणसाच्या मनात येतो, तेव्हा हाच विचार भविष्यात प्रार्थनास्वरूप बनतो. भगवान बुद्धांचे चरित्र अभ्यासल्यानंतर समजते, की जो विचार प्रार्थनास्वरूप बनतो, तोच चमत्कार घडवून आणतो.

या प्रार्थनेतूनच आपल्या मनात सत्यानुकूल विचार यायला सुरुवात होते. जे आपल्या चहूबाजूस सत्याच्या दिशेने वाटचाल करण्यास आपल्याला प्रेरणा मिळेल, आपण जागृत होऊ लागाल, अशी वातावरणनिर्मिती करतात. बुद्धांचा मार्ग जागृतीचा

आहे. जे निद्रावस्थेत राहू इच्छितात ते बुद्ध, महावीर, मीरा किंवा येशू ख्रिस्त बनू शकत नाहीत. जे जागृत होतात, त्यांना सुख-दुःखापलीकडच्या गोष्टी आवडतात. पण सुखाची ओढ आणि त्यापासून विभक्त होणे, आपल्याला नकोसे वाटते.

सुख काही काळाने निघून जाते आणि आपण सुखापासून दुरावतो; कारण निघून जाणे, हा त्याचा गुणधर्म आहे. जसे, वाहणे हा पाण्याचा गुणधर्म, स्वभाव असतो. तुम्ही जर पाण्याचा हा गुणधर्म बदलण्याचा प्रयत्न केलात, तर ते पाणी राहणारच नाही. त्याचप्रमाणे सुखही जाते आणि दुःखही जाते. अशा तऱ्हेने जीवनात सुख-दुःख येत-जात राहतील. पण तुम्हांला या दोहोंपासून आनंद मिळवता आला पाहिजे. त्यासाठी या दोहोंपलीकडे जाणे आवश्यक आहे. विचार दुःखदायक असतील तर त्या विचारांपासून मुक्त होण्याचा मार्गही अस्तित्वात असणार. त्या विचारांपासून मुक्त असण्याची स्थितीसुद्धा असणार. त्यासाठी गरज आहे ती, हा मार्ग शोधण्याची!

तुमचे शरीर त्यासाठी तयार असेल, तर मुक्ती मिळवण्याचे प्रयत्न शतपटीने वेगात होतील. उदाहरणार्थ, धार नसलेल्या कुऱ्हाडीने लाकूड तोडण्यासाठी माणसाला शतपटीने जास्त कष्ट करावे लागतील. आपले मनोशरीर यंत्र असे आहे, ज्याला प्रशिक्षित केल्याशिवाय कुठलीही साधना अथवा तपश्चर्या केली तरी त्याचे इच्छित फळ मिळणार नाही. पण, जेव्हा तुम्ही सत्याविषयी ऐकता, साधना करता, मूळ मुद्दा समजून घेता, तेव्हा जणू कुऱ्हाडीच्या पात्याला धार येते. अर्थ समजून घेऊन छोटेछोटे प्रयोग करत राहिलात तर त्याचेही मोठे फळ मिळू लागते.

सुरुवातीला ध्यानाला बसल्यानंतर कधी तुम्हांला पाय हलवावेसे वाटतील, तर कधी हात हलवावेसे वाटतील. कधी खाज येत आहे असे वाटेल, तर कधी वेदना होतील. त्या वेळी तुम्हांला मनाला समजावता आले पाहिजे, की हे सगळे करायचे आहे, पण थोड्या वेळाने. अशा रीतीने मनाला काही क्षण थांबवून तुम्ही त्याच्या सवयी तोडण्याचा सराव करू लागाल. दुःखाशी संघर्ष करू नका आणि सुखाची आस ठेवू नका, असे तुम्हांला सांगितले जाते. आता तुम्ही विचाराल, त्या दोघांचा त्याग करून काय मिळणार आहे? खरे तर त्यातूनच तुम्हांला तेजुख मिळेल. हेच तर तुम्हांला समजून घ्यायचे आहे. तेजुख म्हणजे 'तेज' आणि 'ख'चा अर्थ आहे रिक्त होणे. कारण विचारांतून मन मुक्त झाल्यानंतर जो संकल्प होईल तो मुक्तीचाच असेल. मग तुम्ही सुख आणि दुःख या दोन्हींचा त्याग करून तेजुख अवस्थेत जगायला सुरुवात कराल....

❑❑❑

अध्याय १४

ना दुःखाशी संघर्ष, ना सुखाशी सलगी

अलिप्ततेची कला

अलिप्ततेची कला आपल्याला सुख-दुःखाच्या पलीकडे घेऊन जाते. ही कला शिकण्यासाठी तुम्हांला दिवसभर सुख-दुःखांवर मनन करण्याची गरज आहे. तुम्ही सकाळपासून रात्रीपर्यंत कोणकोणत्या गोष्टींमध्ये गुंतून जाता, त्याचे निरीक्षण करा. आपल्या आयुष्यात एकदा डोकावून पाहा. कोणत्या व्यसनात, कुठल्या प्रकारच्या प्रशंसेने, कोणत्या इंद्रियांशी तुम्ही आसक्त होता, हे जाणून घ्या. ज्या गोष्टीबाबत तुमचे आकर्षण अधिक असेल, ती तुम्हांला अधिक सुखद वाटू लागेल. जी गोष्ट तुम्हांला आवडत नाही, तिच्याविषयी दुःखद भावना निर्माण होतात.

खरे तर आपण जीवनात नेहमी सुखाची अपेक्षा करतो, म्हणून आपल्याला सतत सुख हवेहवेसे वाटते. दुःखद भावना आपल्याला चांगली वाटत नसल्याने त्या दुःखाचा स्वीकार करणे आपल्याला कठीण जाते. आपण सतत त्याच्याशी संघर्ष करत असतो. परंतु सुख आणि दुःख हे जीवनाचे दोन पैलू आहेत, याचाच आपल्याला विसर पडतो. हे दोन्ही परस्परांशिवाय अपूर्ण आहेत. दुःखामुळेच तर माणसाला सुखाचे महत्त्व कळते. जीवनभर सुखाच्या अभिलाषेमुळे दुःखाशी झगडत राहाल, तर दुःखीच होत राहाल. त्यापेक्षा दुःखाला आनंदाने स्वीकारले, तर ते सुखात परिवर्तित होईल. ही समज आपल्याला मुक्तीचा मार्ग दाखवेल. हा विषय व त्यामुळे होणारे आकलन आपण काही उदाहरणांद्वारे समजून घेऊ या.

१. तुम्ही एखादी वस्तू घेण्यासाठी बाजारात गेला आणि ती मनपसंत वस्तू तुम्हांला मिळाली नाही, तर ती आपल्याला कशी मिळेल, याचे विचार तुमच्या मनात सतत रेंगाळत राहतात. पण ती वस्तू मिळत नसल्याने तुम्ही अस्वस्थ मनःस्थितीत राहता. जर ती वस्तू तुम्हांला मिळाली, तर तुमचे मन समाधानी व आनंदी होते. खरे तर या वस्तूंच्या पलीकडे असणाऱ्या गोष्टींची खरेदी झाली पाहिजे. ही खरेदी आपल्या अंतरंगात होते. अशा वेळी तेजसुख किंवा तेजुखची आठवण आली पाहिजे. असे झाले तर तुमच्यासाठी अनेक गोष्टी सोप्या होतील.

२. काही व्यक्ती खूप कुटुंबवत्सल असतात. कुटुंबातील सदस्यांना परस्परांकडून काही ना काही मिळण्याची अपेक्षा असते. एखाद्याकडून या अपेक्षा पूर्ण न झाल्यास दुःख होते. अपेक्षा पूर्ण झाल्यास सुख मिळते, ती व्यक्ती आनंदी होते. याचाच अर्थ, सुखद कल्पनाही माणसाला हवीहवीशी वाटते. प्रत्येक जण माझ्या इच्छेनुरूप वागतो आहे, ही भावनाही माणसासाठी सुखद असते. एखादी गोष्ट मनासारखी झाली नाही, तर तिच्यात आपण किती गुंतलो आहोत, हे समजते. अचानक वीज गेल्यावर काही जण लगेच नाराजी व्यक्त करतात. 'अरेरे, असं कसं झालं, असं व्हायला नको होतं,' असे उद्‌गार त्यांच्या तोंडातून लगेच निघतात. अशी अनेक उदाहरणे देता येतील. या उदाहरणावरून वीज असल्यावर आपल्याही नकळत आपण ती कायमच असायला हवी, असे गृहीत धरतो.

कुठलीही गोष्ट जीवनभर कायम राहावी, अशी इच्छा बाळगणे म्हणजे कुत्र्याचे वाकडे शेपूट नळीत घालून सरळ करण्याच्या निष्फळ प्रयत्नांप्रमाणे आहे. ही इच्छा कधीही सफल होत नाही. त्यामुळे माणूस आयुष्यभर दुःखीच राहतो. जर त्याला हे उमगले, की कुत्र्याची शेपटी सरळ होवो अथवा न होवो, मला अंतर्यामी, आतून सरळ व्हायचे आहे. अवघे तेजसुख या सरळपणात सामावले आहे. तिथवर पोहोचण्यासाठीच अवघ्या ज्ञानाचे प्रयोजन आहे. हे समजल्यानंतर त्याचे दुःख विलीन होते आणि तो तेजसुख किंवा तेजुख या अवस्थेपर्यंत पोहोचतो.

३. आपल्याला जेव्हा आजारपण अथवा इतर कुठला शारीरिक त्रास असतो, तेव्हा आपले मन त्या वेदना नको, यासाठी झगडत असते. आता तुम्ही एक प्रयोग करून पाहा, माझ्यासोबत असे घडत आहे तर घडू देत. मी केवळ साक्षीभावाने जाणत राहीन. हा अलिप्तपणा तुम्हांला शक्ती आणि आत्मबल देईल. या आत्मबलासाठीच तुम्हांला ध्यानाचा सराव करायचा आहे. अर्थात, हे करत असताना तुमच्या शारीरिक वेदना, आजारांवर वैद्यकीय उपचार अवश्य करा. मात्र, तुमच्या मनात सदैव सुरू

असलेला संघर्ष या साक्षीभावाने नक्कीच थांबेल. यासाठी ही साक्षीभावाची जाण येणे अत्यंत महत्त्वाचे असते.

४. तुम्ही मांसाहार बंद करण्याचा संकल्प केला असेल, पण तुमची त्याविषयीची आसक्ती कमी होत नसेल, तर यालाच आकर्षण म्हणता येईल. तुमचे मन त्या गोष्टींना कुठल्या तरी स्तरावर घट्ट पकडून बसले आहे. आता त्यावर मात करण्यासाठी तुम्हांला नवीन उपाय करावा लागेल. ज्याप्रमाणे लोक घरात प्राणी पाळतात, त्याचप्रमाणे आपल्याला मांसाहार करण्याची सवय जडते. म्हणून त्याला नेहमी स्वादिष्ट भोजन हवे असते. परंतु आपले ध्येय शरीराला मंदिर बनवण्याचे आहे. 'मी कोण आहे' हे जाणण्याचे आहे. त्यासाठी स्वतःमध्ये आपण किती क्षमता तयार केली आहे, याचे स्मरण नेहमी ठेवायला हवे.

ज्या शरीरारूपी कुऱ्हाडीस तुम्ही साधनेसाठी धार लावत आहात, ते शरीर असे मोह सोडण्याच्या संकल्पामुळे भविष्यात कुठल्याही त्रासाशिवाय शेकडो पट अधिक तप करू शकेल. खरे तर अशा छोट्या छोट्या सुखांना सोडण्याची मनाची तयारी नसते. मात्र, या सवयी बदलणे गरजेचेच आहे. तुम्ही जेवढी ध्यानसाधना कराल, तेवढी आसक्ती विलीन होत जाईल.

५. पैशांनी खरेदी केलेले सुख आणि पैशांअभावी होणारे दुःख हे दोन्हीही एकत्रितपणे माणसावर हल्ला करतात. यालाच मोहमायेचा पाश म्हणतात. त्यामुळे खरा व्यापार, खरे यश म्हणजे काय, हे जाणून सजग होणे महत्त्वाचे आहे. या भूलोकावरून शेवटी तुम्ही अधिकाधिक आनंदित होऊन जावे, हाच या खऱ्या व्यापाराचा, खऱ्या यशाचा आणि पृथ्वीलक्ष्याचा उद्देश आहे. अन्यथा, खूप पैसे कमावणारे अनेक लोक असतात; पण ते सदैव दुःखीच राहतात. हे खरे यश नव्हे.

तुम्ही पैशांचा ध्यास घेतला, योग्य समन्वय राखून मेहनत केली तर पैसा तुमच्याकडे स्वतःहून येत राहील. असे धनाढ्य लोक पाहिल्यानंतर आपण त्यांचा मत्सर करू लागतो. त्यांना पाहून आपले संतुलन बिघडते. आपण वारंवार आपल्याकडे नसलेल्या पैशांचा विचार केला, तर सदैव त्याच्या अभावग्रस्ततेच्या नकारात्मक भावनेत अडकून राहू. त्यामुळे तुम्हांला ही नकारात्मक भावना सोडून सकारात्मक भावना आणावी लागेल. कारण या जगात सर्वांसाठी सर्व काही मुबलक आहे. त्यामुळे तुम्हांला जे हवे आहे ते नक्कीच अनेक पटींनी मिळेल. निसर्गनियमांनुसार तुमच्या वाट्याचे दुसरा कुणी घेऊन जाऊ शकत नाही. यावर विश्वास ठेवा. तुम्ही या निसर्गाला व त्याच्या नियमांना जेवढे समजून घ्याल,

तेवढीच तुमची प्रार्थनेवरील श्रद्धा वाढेल आणि तुम्ही निश्चिंत व्हाल.

६. एखादा मनुष्य आजारी असेल, तर 'हे शरीर पृथ्वीलक्ष्य प्राप्त करण्यास सहयोग देईल की नाही' याविषयी त्याच्या मनात साशंकता निर्माण होते आणि तो दुःखी होतो. अगदी दोन-चार फांद्या असलेले झाडही कधीकधी आपल्याला कडक उन्हापासून सावली मिळवण्यासाठी उपयोगी पडते. त्याचप्रमाणे हे शरीर कसेही असले, तरी काही फरक पडत नाही. ते कोणत्या ना कोणत्या स्वरूपात आपल्यासाठी उपयुक्त ठरते. तुम्हांला जे मिळाले आहे, जसे मिळाले आहे, त्यालाच वरदानात रूपांतरित करून घेण्याची कला आपल्याला शिकायची आहे. आपल्या कमतरता, उणिवांनाही आपले बलस्थान बनवायचे आहे. तुम्ही असे करू लागलात, तर अवघे अस्तित्व तुम्हांला तुमचे लक्ष्य मिळवण्यासाठी पुरेपूर मदत करेल.

७. काही जणांना आपल्या कार्यालयात नवनवीन प्रकल्प, योजन यांवर काम करणे आवडते. असे नवीन काम मिळाले नाही तर ते दुःखी होतात. अशा प्रकल्पांसाठी काम मिळणे म्हणजे आपल्या मनाजोगते काम मिळण्याचे सुख उपभोगणे. अशा नवीन प्रकल्पांचा विचारही आपल्याला आनंदित करतो. आता तुम्ही त्या विचारांमागील विचारकाला समजून घ्या. विचारक म्हणजे हा विचार करणारी व्यक्ती. जेव्हा तुम्ही हा विचार करणारी व्यक्ती कशी तयार झाली, याचा विचार कराल, तेव्हा विचार येत आहेत व जात आहेत, तेच सुख आणि दुःख निर्माण करत आहेत, हे तुम्हांला समजेल. त्यानंतर आपल्या लक्षात येईल, 'मी जर या सुख-दुःखांकडे योग्य दृष्टिकोनातून बघायला शिकलो, तर कामं होतच राहतील; पण मी आनंदी राहीन.' मग काम मिळाले अथवा नाही मिळाले तरी आपण सुख-दुःखाच्या दुष्टचक्रात अडकणार नाही. तथापि, ती जाणण्याची सजगता महत्त्वपूर्ण ठरेल.

८. सध्याच्या तरुण पिढीसाठी इंटरनेट आणि फेसबुक हे आकर्षण बनले आहे. जे समोर दिसते त्याला त्याक्षणी लाइक किंवा डिसलाइक केले जाते. यात सदैव हाच सुख-दुःखाचा खेळ सुरू असतो. अशा वेळी आपल्याला जास्त सजग झाले पाहिजे. केवळ अधिक सुख (लाइक्स) मिळवण्यासाठी आपण यात गरजेपेक्षा जास्त वेळ वाया घालवतो आहोत, याची जाणीव आपल्याला व्हायला हवी. अशा वेळी स्वतःला हा प्रश्न विचारा, इंटरनेटवर तासन्‌तास वाया घालवण्याने मला जास्तीत जास्त काय मिळू शकते? त्यानंतर आपल्याला त्यातील फोलपणा लक्षात येईल. मग तुम्ही त्यात वेळ वाया घालवणे थांबवाल. जेव्हा तुम्ही गौतम बुद्धांसारख्या महापुरुषाप्रमाणे सम्यक संकल्प करून स्वतःला बजावाल, की

मी फक्त दहा-पंधरा मिनिटेच इंटरनेटसाठी देईन, तेव्हा तेवढ्या वेळेनंतर तुमचा इंटरनेटचा मोह आपोआपच नष्ट होईल.

९. काही जणांना आपले शरीर आणि मन या दोहोंविषयी खूप मोह असतो. त्यामुळे त्यांना आपण 'पृथ्वीलक्ष्य' मिळवू शकू की नाही, याविषयी साशंकता असते. खरे तर अशा शंका-कुशंका आपल्या शत्रू असतात. त्यांच्यावर मात करण्यासाठीच तर सत्य श्रवण आणि पठण केले जाते. तुम्ही जेव्हा ध्यानात बसता, तेव्हा मध्येच एक तपासनीस येतो. काही होत आहे की नाही हे तपासण्याचे काम तो करतो. हे मला शक्य आहे का? त्यावर मात करण्यासाठी तुम्हांला आत्मबल मिळवावे लागेल.

वाचकहो, ज्याप्रमाणे आपण आता हे पुस्तक वाचत आहात, त्याप्रमाणे बुद्धांसारख्या महान व्यक्तींची आत्मचरित्रेही आपल्याला वाचावी लागतील. त्यामुळे आपल्याला प्रेरणा, स्फूर्ती मिळेल, शिवाय इतक्या लोकांना हे शक्य झाले, तर मलाही हे नक्की जमेल, असा दृढविश्वास तुमच्यात निर्माण होईल. या प्रेरणेच्या साहाय्यानेच तुम्हांला निरंतर आध्यात्मिक प्रगती करायची आहे.

माणसाच्या काही आकांक्षा अशा असतात, ज्या सांसारिक, भौतिक पद्धतीने पूर्ण न झाल्यास माणूस त्यांच्या पूर्तीसाठी विविध सिद्धींमध्ये गुंतून जातो. त्यांनाच तो खरा मार्ग समजतो. इतर लोक अशा सिद्धी असलेल्या व्यक्तीला खूप मोठे मानून त्याची स्तुती करतात, त्यामुळे तो अहंकारी बनतो आणि त्यातच त्याला सुख वाटू लागते. परंतु जेव्हा ती व्यक्ती सत्य श्रवण करते, तेव्हा तिला वस्तुस्थितीची जाणीव होते.

जी व्यक्ती सत्य श्रवणासाठी तयार असते, तिच्यासाठी भगवान बुद्धांनी चार आर्य सत्यं सांगितली आहेत. त्यापैकी पहिले आर्य सत्य म्हणजे– दुःख आहे. याचाच अर्थ आपल्या मनात जो कुठला विचार येतो, तो दुःख निर्माण करतो. तो विचार तुमच्यासाठी अगदी सुविधाजनक असला, तरी अंततः त्यातून दुःखच निर्माण होते. काही दुःखं लगेच निर्माण होतात, काही दुःखं कालांतराने प्रकट होतात, एवढाच काय तो फरक. जी व्यक्ती ही गोष्ट सजगतेसह स्वीकारते व समजून-उमजून घेते, तिच्यात एक शुभ इच्छा निर्माण होते. मग ती विचार करते, आसक्ती जर मोह निर्माण करत असेल आणि तो दुःखात बदलत असेल, तर यातून मुक्त कसे होता येईल? अशा प्रकारे लोकांत हे ज्ञान आणि परमानंद अवस्था मिळवण्याची इच्छा अथवा मंगल कामना निर्माण होते. चला तर, भगवान बुद्धांनी सांगितलेली ही चार आर्य सत्यं आपण विस्तारपूर्वक समजून घेऊ या.

❑❑❑

अध्याय १५

पहिले आर्य सत्य – दुःख आहे

आर्य सत्य म्हणजे कधीही न बदलणारे वास्तव. आर्य म्हणजे अनुभवातून निर्माण झालेला बोध आणि समज. जेव्हा भगवान बुद्धांना बोध प्राप्त झाला, तेव्हा प्रथम त्यांनी या चार आर्य सत्यांचा विस्तार केला.

दुःख म्हणजे काय? सध्या जगात अनेक ठिकाणी उपासमार आहे. लोकांना दोन वेळचे जेवण सहजासहजी मिळत नाही. विविध रोग, विकार आहेत, व्यथा-वेदना आहेत. मुले-स्त्रियांवर अत्याचार होत आहेत. अनेक जण बेरोजगार आहेत. सत्तेच्या खुर्चीसाठी स्पर्धा सुरू आहे. हा देश कुणी चालवत नाही, तो आपोआपच चालतो आहे. पंडित, पुजारी नवनवीन कर्मकांड तयार करत आहेत. सोमवारी काय खावे, मंगळवारी काय खावे, अमुक दिवशी आंबट खाऊ नये, तमुक दिवशी केस कापावेत, काळे कपडे घालू नयेत, या दिवशी मीठ विकत घेतले, तमुक दिवशी तेल घेतले तर खूप वाईट होईल, मांजर रस्त्यात आडवे आले, तर अपशकुन होईल...अशा प्रकारच्या कर्मकांडांत आणि अंधश्रद्धांमध्ये लोक अडकले आहेत. त्याचप्रमाणे मागील जन्मी केलेल्या कर्मांमुळे हे दुःख भोगावे लागत आहे, असेही आपल्याला या तथाकथित साधू-संन्याशांकडून सांगितले जाते. कुणी कुकर्म करत असेल, तर ते पाहून हे पंडित, पुरोहित, ज्योतिषी म्हणतात, की त्यांना पुढील जन्मात याचे फळ भोगावेच लागेल. तुमच्या बाबतीत जर काही वाईट घडत असेल, तर ते म्हणतात, मागील जन्मी तुम्ही काही वाईट कर्मे केली आहेत, म्हणून तुम्हांला आता हे कष्ट भोगावे लागत आहेत.

दुःखाचे अस्तित्व आहे, याचाच अर्थ, आपल्या सभोवताली दुःखच आहे. कुणाला दुःखाचे दर्शन झाले तरच तो त्यातून सहीसलामत बाहेर पडण्याचा मार्ग शोधू शकेल. दुःखच नसेल तर कुणी मोक्षाचा शोध घेणार कसा? काही लोक दुःखात असूनही आपण दुःखात आहोत, याचे त्यांना भान नाही, हे बुद्धांनी पाहिले. ते असंवेदनशील, बेहोश आणि अज्ञानी आहेत. त्यामुळे आपल्याला दुःख आहे आणि ते निवारण्याची गरज आहे, हे त्यांना समजायला हवे. दुःखच नसेल तर ते दूर करण्याचा प्रयत्न कुणी कशाला करेल?

बुद्धांनी सांगितले, अर्भक जन्मल्यानंतर टाहो फोडते, दुःख व्यक्त करते. म्हणजे आपण जन्मल्यानंतरही रडतो आणि मरतानाही रडतच असतो, असे का? कारण या वेदना आपल्यालाच होत आहेत, या भ्रमात बहुसंख्य लोक असतात. त्यामुळे त्यांना खूप दुःख होते. या वेदना फक्त शरीरालाच होत आहेत, याची जाणीव नसल्याने त्या व्यक्ती दुःखीकष्टी होतात. शरीराविषयी मोह असल्याने, त्याची आसक्ती असल्याने माणसाला हे शरीराचे दुःख स्वतःचे दुःख वाटू लागते.

एखाद्या विद्यार्थ्याला अभ्यासाविषयी विचारले तर तो म्हणेल, 'अभ्यास करणं फार दुःखदायक प्रकार आहे.' परीक्षेच्या काळात तर अभ्यास करावा लागल्याने तो फारच दुःखी असतो. परीक्षेच्या चिंतेने तो प्रसंगी आजारीही पडतो. मग शिक्षण पूर्ण झाल्यावर त्याला त्याच्या भविष्याची चिंता वाटत राहते. त्यानंतर नोकरी मिळाली नाही, तर तो दुःखी होतो. माझ्या मित्राला नोकरी लागली, पण मला लागली नाही या विचारांनी तो अस्वस्थ होतो, चिंताग्रस्त होतो. या चिंता खरे तर कधी संपतच नाहीत. पुढे लग्न... अपत्य... त्यांचे संगोपन... त्यांच्या जबाबदाऱ्या... मग म्हातारपण... असे हे चक्र अव्याहत सुरूच राहते. सर्वप्रथम आपल्या चहुबाजूला काय चालले आहे, ते पाहा. अनेकांना किती प्रकारचे रोग सतावत आहेत, कित्येक समस्या भेडसावत आहेत. वृद्धापकाळ अनेक व्यथा-वेदनांनी व्याप्त आहे. यासाठीच बुद्धांनी वारंवार आपल्याला स्मरण करून दिले, तुमच्या दुःखाकडे तुम्ही सजगपणे पाहा. जेवढे दुःख तुम्ही पाहाल, तेवढे त्यातून मुक्त होण्याची तीव्र इच्छा तुमच्या मनात जागृत होईल. अन्यथा, या दुःखांतून बाहेर पडण्याची इच्छाच कधी तुम्हांला होणार नाही.

एका कारागृहातून काही कैदी वारंवार पळून जात होते. मग त्या कारागृहात नवा जेलर आला. त्याने विचार केला, 'याच कारागृहातून कैदी का पळून जातात बरं?' यासाठी त्याने थोडे सर्वेक्षण केले. त्याने माहिती घ्यायला सुरुवात केली असता त्याला समजले, त्या कारागृहात जो कुणी नवा कैदी येत असे, त्याला आधी संपूर्ण कारागृह दाखवले जात

असे. शिवाय, हा तुझ्या कारागृहाचा परिसर आहे, हेदेखील त्याला सांगितले जात असे. मगच त्याला त्याच्या बराकीत बंदिस्त ठेवले जायचे. आता नव्या जेलरने येणाऱ्या नव्या कैद्यांना संपूर्ण कारागृह दाखवणे बंद केले. त्यानंतर मात्र त्या कारागृहातून कैदी पळून जाण्याचे प्रकारच थांबले. एवढ्या मोठ्या कारागृहात कुठे काय आहे, याचा तपशीलच कैद्यांना माहीत नसल्याने त्यांना पळून जाताच येईना. यापूर्वी नव्या कैद्यांना कारागृह दाखवल्यानंतर त्याचा तपशील लक्षात ठेवून हे कैदी बाहेर पळून जाण्याची योजना बनवत. ते कारागृह आतून नेमके कसे आहे, याची पूर्ण कल्पना त्याला येत असे. कारण एखाद्या जागेचा अंदाज ती जागा नीट पाहिल्यानंतरच येऊ शकते, अन्यथा येत नाही.

...त्याचप्रमाणे दुःख पूर्णपणे पाहिल्यानंतरच त्यातून बाहेर पडणे सहज होते, हे वरील उदाहरणावरून लक्षात येते.

एका ज्योतिषाला एका मनुष्याने आपले भविष्य विचारले, तेव्हा तो ज्योतिषी म्हणाला, 'पाच वर्षांपर्यंत तुम्हांला खूप प्रतिकूल काळ असेल. अतीव दुःखाचे दिवस असतील.' मग त्या माणसाने विचारले, 'त्या पाच वर्षांनंतर काय होईल, हे जरा सांगा ना.' त्यावर ज्योतिषी उत्तरला, 'पाच वर्षांनंतर तुम्हांला या दुःखाची, वेदनांची सवयच होऊन जाईल.'

अगदी याचप्रमाणे या दुःखाची आपल्याला सवय झाली आहे. दुःख म्हणजे काय, हे समजत नसल्याने त्यातून बाहेर पडण्याची चिंताच कुणाला सतावत नाही. त्यातच आपला जन्म वाया चालला आहे याचे बुद्धांनी सर्वांना स्मरण करून दिले. तुमच्या भोवताली सर्वत्र दुःखच दिसत असल्याने तुम्हांला दुःखाची सवय झाली आहे. मग तुम्ही सदैव असेच दुःखात राहणार का?

एका माणसाने त्याच्या मित्राला विचारले, 'तू सफरचंद खाणार का?' मित्राने होकार दिल्यानंतर त्याने सफरचंदाचे दोन तुकडे केले. त्या सफरचंदाच्या एका फोडीत किडा निघाला. हे पाहून त्याला थोडे वाईट वाटले. त्याने आपल्या मित्राला विचारले, 'सफरचंदात किडा निघाल्यानंतरही आपल्याला खूप दुःख होतं का?' त्यावर तो मित्र उत्तरला, 'हो, तू जर त्या सफरचंदाची फोड अर्धी खाल्ली असतीस आणि त्या वेळी तुला तो किडा तूच अर्धवट खाल्लेल्या अवस्थेत दिसला असता, तर तुला खूपच दुःख झालं असतं.' या उदाहरणांवरून आपल्या लक्षात येईल, एखादी गोष्ट आपल्या मनाविरुद्ध घडली तर आपल्याला दुःख होते. केवळ ते कधी कमी असते, तर कधी जास्त एवढेच!

❑❑❑

अध्याय १६

दुसरे आर्य सत्य - दुःखाचे कारण आहे

खरे तर दुःख म्हणजे काय, हे समजावून सांगण्यासाठीच भगवान बुद्धांनी दुसरे आर्य सत्य सांगितले आहे. 'दुःख आहे' या पहिल्या सत्याची खातरीच त्याद्वारे पटते. आता दुसरे सत्य काय आहे, ते समजून घेऊ या.

माणूस दुःखाचे दर्शन करतो, तेव्हा तो त्यातून बाहेर पडण्याचा मार्गही शोधतो. जेव्हा या दुःखातून बाहेर पडण्याची तुमची इच्छा तीव्र होते, तेव्हा या दुःखापासून मुक्तीचा मार्गही तुम्हांला गवसतो.

दुसरे आर्य सत्य आहे – 'दुःखाचे कारण आहे.' आता दुःख आहे म्हणजे त्यामागचे कारणही असेलच ना? त्याच कारणाचा आपण शोध घेऊ या... मुलं परीक्षेत चांगले गुण मिळवतात, तेव्हा मुलं आईवडिलांवर गेली असेच सर्व जण म्हणतात. पण हीच मुलं जेव्हा अनुत्तीर्ण होतात, तेव्हा असे कुणी म्हणत नाही. त्या वेळी सर्व जण मुलांनाच दोष देतात, त्यांना मूर्ख म्हणतात. त्यामुळे मुलांना वाईट वाटते. हे असे का? याचा विचार करून मुलं दुःखी होतात.

अशा प्रकारे प्रत्येकाच्या दुःखाचे कारण भिन्न आहे. आपल्या दुःखाचे कारण प्रत्येक जण आपापल्या परीने शोधत असतो. पण आता आपल्याला खरे कारण शोधायचे आहे.

दुःखाचे खरे कारण समजले, तरच जीवनाचा प्रवास सुखकर होईल. 'दुःखाचे दुःख हेच दुःखाचे खरे कारण आहे.' हे दुसरे आर्य सत्य भगवान बुद्धांनी सांगितले. माणसाला दुःख होते, तेव्हा तो 'मला हे दुःख का होत आहे' या विचारामुळेच दुःख स्वीकारू

शकत नाही. त्यामुळे तो अधिक दुःखी होतो. त्याला क्रोध आला, तर आपल्याला क्रोध का आला आहे, या विचारानेच तो अधिक संतप्त होतो. अशा तऱ्हेने तो क्रोधावर संतप्त होऊन आरडाओरड करू लागतो.

एखाद्या व्यक्तीमुळे वेळ वाया गेला, तर काही जण खूप पश्चात्ताप करतात. अशा व्यक्तीस जर सांगितले, 'अरे, आता पश्चात्ताप करून आणखी वेळ वाया का घालवतो आहेस?' तरीही त्याला काही समजत नाही. तो अर्ध्या तासापेक्षा अधिक काळ पश्चात्तापदग्ध अवस्थेत असला तरी अजूनही वेळ वाया घालवतच असतो. मग तो अचानक भानावर येऊन विचार करू लागतो, 'अरे, या पस्तावण्यात तर मी आणखी अर्धा तास वाया घालवला आहे. किती मूर्ख आहे मी!' असा विचार करून तो आणखी पश्चात्ताप करत राहतो. माणसाची ही कथा आणि व्यथा कधी संपतच नाही, ती अखंडपणे चालूच राहते.

यासाठी सर्वप्रथम हे समजून घ्या, की माणसाला दुःखाचे दुःख होते. कारण तो विविध कामना, तृष्णा, वासना आणि इच्छा यांमध्ये पूर्णपणे गुरफटलेला असतो. दुःखाविषयी दुःख का वाटते? कारण माणसाच्या इच्छा कधीच पूर्ण होत नाहीत. त्याला वाटते, अमुक एक इच्छा पूर्ण झाली, तर माझे दुःख संपेल. अमुक एक काम झाले, तर मी खूप आनंदी होईन. भविष्याची काळजी राहणार नाही... मला नोकरी मिळाली, तर मी सुखी होईन... माझ्या मुलाचा विवाह झाला, तर मी आनंदी होईन....

अशा प्रकारे सुख आणि दुःखाविषयी प्रत्येकाच्या विभिन्न कल्पना असतात. त्यानुसारच ते जगत असतात. ही बाब आपण एका कथेद्वारे समजून घेऊ या...

दोन कुटुंबं असतात. एक गरीब असते तर दुसरे श्रीमंत. या दोन्ही कुटुंबांतील मुलं उपजीविकेच्या शोधार्थ आपापल्या मार्गाने जातात. ही कथा त्या काळातील आहे, जेव्हा लोक व्यापारासाठी, उपजीविकेच्या शोधार्थ दूरदूर पायी प्रवासाला जायचे. या दोन्ही तरुणांना त्यांच्या गावापासून खूप दूर अंतरावर नोकरी मिळाली. पण नोकरी मिळाल्यानंतर अवघ्या वर्षभरातच त्या गरीब कुटुंबातील तरुणाचा मृत्यू झाला.

आता त्या श्रीमंत घरातील युवक ज्या व्यापाऱ्याकडे काम करत होता, त्याला समजले, की कुणीतरी त्याच्या गावी जाणार आहे. तेव्हा या श्रीमंत घरातील युवकाने त्या व्यक्तीला सांगितले, 'माझ्या घरातील लोकांना सांगा, की मला नोकरी लागली आहे. मी इथे खूप पैसे कमावतो आहे आणि माझ्या मित्राच्या घरी जाऊन त्याचा मृत्यू झाल्याची माहिती द्या.' ती व्यक्ती गावी जाऊन नेमका उलटा निरोप देते. त्याने गरीब घरी जाऊन

सांगितले, 'तुमचा मुलगा चांगले कमावतो आहे. खूप आनंदी आहे.' आणि श्रीमंत घरी जाऊन सांगतो, 'तुमच्या मुलाचे निधन झाले आहे.'

आता हे वृत्त ऐकून त्या दोन्ही मुलांचे आईवडील दुःखी झाले. आपल्या मुलाचा मृत्यू झाल्याने श्रीमंत कुटुंब दुःखी आहे. त्यांच्या जीवनावर दुःखाची छाया पसरली आहे. खरे तर त्यांचा मुलगा जिवंत आहे, तरीही ते दुःखी आहेत. जर त्या अवस्थेत त्यांना कुणी सांगितले, 'तुम्ही ज्याबद्दल एवढा शोक करत आहात, ते दुःख खोटं आहे कारण तुमचा मुलगा जिवंत आहे,' तर ते ऐकणार नाहीत. त्यांना खोटे दुःखच खरे वाटेल.

आपला मुलगा कमावेल आणि आपल्यासाठी पैसेही पाठवत जाईल, या आशेवर असणारे गरीब घरातील आईवडीलही या विचाराने दुःखी आहेत. त्यांना वाटत असतं, 'आम्ही इथे एवढ्या गरिबीत दिवस कंठत आहोत आणि तिकडे तो मजेत आहे. एवढे पैसे कमावूनही आमच्यासाठी काहीही पाठवत नाही. त्याला आमची काही काळजीच नाही.' वास्तविक त्यांच्या मुलाचा मृत्यू झाला आहे. परंतु आपला मुलगा नालायक निघाला, पैशांची मदत करत नाही या विचारांनी हे माता-पिता दुःखीकष्टी होतात. खोट्या दुःखात जीवन व्यतीत करतात.

मात्र, जिवंत असलेला मुलगा श्रीमंत घरातला असल्याने त्याने आपल्या कमाईतून घरी पैसे पाठवले नाही तरी त्याच्या घरच्या लोकांना काहीही फरक पडणार नसतो. पण त्या कुटुंबातील सदस्य दुःखी आहेत, कारण त्यांच्या धारणेनुसार या श्रीमंत मुलाचा मृत्यू झाला आहे.

या दोन्ही कुटुंबांना चुकीची माहिती मिळाली हे आपण जाणतोच. या गैरसमजातच ते सर्व जण जगले आणि मृत्युमुखी पडले. पण, आता तुम्हांला वास्तव आणि या कथेचे सर्व पैलू ठाऊक आहेत. जेव्हा आपण पूर्ण ज्ञान प्राप्त करतो, तेव्हाच त्या दुःखातून आपली मुक्ती होते. या दुःखाचे मूळ कारण आहे अज्ञान, गैरसमज, तमोगुण आणि तृष्णा म्हणजेच इच्छा....

❑❑❑

अध्याय १७

तिसरे आर्य सत्य - दु:खाचे निवारण आहे

आर्य सत्य केवळ दोनच असती तर ती काहीच कामाची नव्हती. अर्धसत्य नेहमी घातक असते. पूर्ण असत्यापेक्षा धोकादायक असते. मात्र दु:ख आहे, याची जाणीव होणे हा सत्याचा प्रारंभ आहे. दु:खाचे कारण आहे, हे अर्धसत्य आहे. या दु:खापासून मुक्ती होऊ शकते, या सत्याने पूर्णता प्राप्त होते. पण आजार आहे तर त्यावर उपायही आहे, हे शुभ वृत्त आहे. तिसरे आर्य सत्य सांगते, 'दु:खाचे कारण नष्ट झाल्यानंतर दु:खाचे निवारण होते.' दु:खाचे कारण तृष्णा आहे. या तृष्णेतून मुक्त झाल्यानंतर दु:खाचे निवारण होऊ शकते.

मनुष्यामध्ये तीन प्रकारच्या तृष्णा, इच्छा आणि आकांक्षा असतात.

१. स्थूल स्वरूपाच्या ढोबळ तृष्णा : गाडी, बंगला, पद, प्रतिष्ठा, कीर्ती, नाव इत्यादी.
२. सूक्ष्म किंवा छोट्या तृष्णा : सुख-सुविधा, सुरक्षा, श्रेय मिळावे; पण दु:ख, संभ्रम, असुरक्षा, आरोप, बदनामी आदी मिळू नये.
३. अतिसूक्ष्म किंवा सुप्त तृष्णा : सुखद संवेदना सदैव अनुभवायला मिळाव्यात, दु:खद संवेदना वाट्याला येऊ नयेत, तारुण्य चिरकाल टिकावे. आजारपण कधीही येऊ नये. कुठलेही काम सहज व्हावे, त्यात अडथळा येऊ नये वगैरे.

अशा प्रकारच्या सुप्त इच्छा एखाद्या प्रतिकूल घटनेतच आपल्या लक्षात येतात.

उदाहरणार्थ, आत्ता तुम्हांला पंख्याची आवश्यकता आहे आणि नेमकी त्याच वेळी अचानक वीज गेली, तर तुम्ही नक्कीच चिडचिड कराल. वीजवितरण विभागाला दूषणे द्याल. तेव्हा वीज अखंड राहावी, अशी सूक्ष्म इच्छा तुमच्या मनात होती, हे तुमच्या लक्षात येईल. अशा प्रकारच्या अतिसूक्ष्म, सुप्त इच्छा समजून घेण्यासाठी बुद्धीचा सम्यक उपयोग करायला हवा.

या इच्छांमध्ये गुरफटून जगताना माणसाला या इच्छांची इतकी सवय होते, की त्याशिवाय तो राहूच शकत नाही. त्याच्या मनात प्रत्येक क्षणी नवनवीन इच्छा निर्माण होत असतात. प्रत्येक आकांक्षा, अपेक्षापूर्तीनंतर अहंकार निर्माण होतो. कारण ते संबंधित काम पूर्ण होण्याचे श्रेय अहंकार आपल्याकडे घेत असतो. त्याच्या मनात मी केले, मी श्रेष्ठ आहे, हा भाव निर्माण होतो. हा अहंकारभाव भविष्यात दुःखच निर्माण करतो. एक आसक्ती पूर्ण होईपर्यंत दुसरी निर्माण होते. नव्या आसक्तीविना मनाला कंटाळवाणे वाटते. इच्छा निर्माण झाल्या की मनाला उत्तेजना मिळते. उत्तेजनांच्या आहारी गेलेले मन नवनवीन कल्पनाविलासात रममाण होते. मन चंचल होत जाते. दुःखाचे मूळ कारण मनाची चंचलता आहे. आपल्या आसक्तीची पूर्तता न झाल्यास निराशा, व्याकुळता, हीन भावना, तिरस्कारयुक्त भावना जागृत होतात. अशा तऱ्हेने आसक्तीची पूर्तता झाली तरी माणूस दुःखीच होतो आणि ती पूर्ण झाली नाही तरीही तो दुःखीच राहतो.

आपण जेव्हा आसक्तीची आसक्ती सोडून द्याल, तेव्हाच दुःखापासून मुक्त व्हाल. आसक्तीची आसक्ती असणे, या सवयीतून मुक्त होणे अत्यावश्यक आहे. या सवयीतून मुक्त झाल्यावर आपल्याला समजेल, की जोपर्यंत आपण आसक्त होत नाही, तोपर्यंत या इच्छा, आसक्ती आपल्याला दुःखी करत नाहीत. या इच्छांपासून अलिप्त राहिल्यास त्यापासून निर्माण होणारे दुःख नष्ट होते. सर्व प्रकारच्या इच्छा निर्माण होताना, आपण अलिप्तपणे पाहू शकाल, तेव्हाच दुःखापासून मुक्त व्हाल. आपल्याला होणाऱ्या दुःखाकडे आपण त्रयस्थपणे पाहायला शिकाल, तेव्हाच दुःखातून मुक्त व्हाल. ज्या वेळी सर्व इच्छांपासून मुक्त होण्याची मंगल कामना आपल्यात निर्माण होईल, त्या वेळी दुःखमुक्ती होईल.

❑❑❑

अध्याय १८

चौथे आर्य सत्य – दुःखमुक्तीची अवस्था

या इच्छा-आकांक्षांपासून निर्माण होणाऱ्या आसक्तीचे पाश तोडणे शक्य आहे का? जर ते नसेल तर पहिली तीन आर्य सत्य निरर्थक ठरतील. एक अवस्था अशीही आहे, ज्यात माणूस मुक्तीचा आनंद घेऊ शकतो. ही चौथी अवस्था आहे. चेतनेच्या चार अवस्था असतात : जागृतावस्था, निद्रावस्था, स्वप्नावस्था आणि समाधी-अवस्था. चौथे आर्य सत्य समाधी-अवस्थेचे वर्णन करते. पण ही अवस्था उपलब्ध आहे हे समजले, तर ती प्राप्त करण्यासाठी आपण पाऊल उचलाल.

चौथे आर्य सत्य सांगते, 'धारणांपासून मुक्त होणे शक्य आहे,' अशीही एक अवस्था आहे. उदाहरणार्थ, आजारपण आहे, त्यामागे कारण आहे, त्यावर उपचार आहेत आणि निरोगी स्वास्थ्यपूर्ण अवस्थाही आहे. रोग बरा झाल्यानंतर माणूस निरोगी तर होतोच; पण त्याच्यात स्वास्थ्य निर्माण होते. हे स्वास्थ्य म्हणजेच चौथे आर्य सत्य.

त्याचप्रमाणे दुःख आहे, दुःखाचे कारण आहे, दुःखाचे निवारण आहे आणि दुःखमुक्तीची अवस्थादेखील आहे. निवारण म्हणजे मार्ग. दुःखाचे दुःख होणे बंद कसे व्हावे, इच्छेपासून मुक्त कसे व्हावे, धारणांपासून मुक्ती कशी मिळवावी हे जाणून घेणे म्हणजे दुःखनिवारणाचा उपाय.

तेज म्हणजे दोहोंपलीकडे. जसे, आपल्या अंतरंगातच सुखसंपदा आहे, कधीही न संपणारा तेज आनंद आहे– हेच तेज सत्य आहे. आनंद आहे व त्यामागे कारणही आहे. ते कारण तुम्ही स्वतःच आहात. आनंदामागचे कारण हे तुमचे स्वतःचे अस्तित्व

आहे. मी माझ्यामुळेच खूश आहे. माझ्या अस्तित्वामुळेच मी आनंदी आहे. आनंदासाठी मला कुठलेही निमित्त गरजेचे वाटत नाही. माझे असणे हेच आनंदी राहण्यासाठी पुरेसे आहे, असे सांगणारी व्यक्ती आजवर तुम्हांला क्वचितच भेटली असेल. माझे अस्तित्व (बिइंगनेस) म्हणजे वास्तवात आपण जे आहोत, त्या खऱ्या स्वरूपाचे अस्तित्व.

आनंदी राहण्यासाठी माझे असणे पुरेसे आहे. माझा आनंद भविष्यावर अवलंबून नाही. अमुक असे झाल्यावर मी आनंदी होईन, असा भावी काळावर माझा आनंद विसंबून नाही. मी आताही खूश आहे आणि भविष्यातही आनंदी राहीन. कारण भविष्यात खूश न राहण्याचे कारणच माझ्याकडे नसेल. माझ्या आनंदामागे माझे अस्तित्व हेच एकमेव कारण आहे, असे ठामपणे सांगणारे फार कमी लोक तुम्हांला भेटतील.

मोक्षावस्था ही निर्वाणाची अवस्था आहे, कैवल्यावस्था आहे, चौथी अवस्था आहे. या अवस्थेत पूर्ण ब्रह्मांडाचे रहस्य बुद्धिद्वारे नव्हे, तर अनुभवाद्वारे जाणले जाते. ब्रह्मांडाचे रहस्य म्हणजे सूर्य आणि चंद्र यांच्यातील अंतर तुम्हांला समजणे, या पृथ्वीचे वजन किती आहे हे समजणे, शास्त्रज्ञांचे भविष्यातील शोध समजणे, अग्निबाणांना लागणाऱ्या यंत्राचा शोध तुम्हांला लागेल, असे नव्हे. ब्रह्मांडाचे रहस्य उकलणे म्हणजे या ब्रह्मांडाचे कार्य कसे चालते, त्यामागे कोणते तत्त्व आहे, ही शक्ती हे काम कसे करते, याचे ज्ञान प्राप्त होणे. आपले तुलनात्मक मन अहंकारामुळे स्वतःला श्रेष्ठ मानून श्रेय कसे घेते, दुःखनिर्मिती कशी होते, शरीराचे आकर्षण कसे असते, रूढी-परंपरा कशा निर्माण होतात, शरीरावर विविध संस्कारांचे परिणाम कसे होतात, प्रत्येक कर्मफळ कसे मिळते, बंधने आपल्याभोवती कशी गुरफटतात, बंधनांपासून मुक्ती कशी होते, या रहस्यांची उकल होणे म्हणजे ब्रह्मज्ञान होणे, मोक्षावस्था प्राप्त करणे होय.

❑❑❑

खंड ५

भगवान बुद्धांचा अष्टांग मार्ग

अध्याय १९

ज्ञानप्रसार

भगवान बुद्धांनी ज्ञानप्रसार करताना अनेक गोष्टी सांगितल्या. त्यातील पहिली होती सर्वव्यापी सत्य. हे सत्य सर्वांना लागू होते. मग ती व्यक्ती अमेरिकेत राहो, ऑस्ट्रेलियात राहो अथवा भारतात; सर्वांचे मन एकसारखेच असते. कारण सर्वांची मने सारखीच असल्याने भगवान बुद्धांनी सर्वव्यापी सत्याचा प्रसार केला.

दुसरी गोष्ट विवेकबुद्धी म्हणजेच प्रज्ञा. बुद्धांच्या काळात बहुसंख्य लोक कर्मकांडात अडकलेले होते. त्यामुळे त्यांनी विवेकबुद्धीचा प्रसार केला. त्यांनी सांगितले, माणसाने आपल्या विवेकबुद्धीच्या निकषावर प्रत्येक गोष्ट पारखून घेतली पाहिजे. या गोष्टीमुळे माझे दु:ख संपणार आहे का? हे मला मुक्त करणारे सत्य आहे का? या कर्मकांडांमुळे खरोखर स्वर्गप्राप्ती होते का? खरे तर एका टप्प्यानंतर लोक या कर्मकांडांनाच अध्यात्म मानू लागतात. त्यामुळेच बुद्धांनी विवेकबुद्धीचे महत्त्व लोकांना समजावून सांगितले. प्रत्येक गोष्ट विवेकाच्या निकषांवर तपासून घेणारे खरे पारखी व्हा, असे त्यांनी सांगितले. माणसाने मनन, पारखणे, पडताळणी करणे सोडून दिले, तर कुठली गोष्ट उपयोगी आहे आणि कुठली नाही, हे त्याला कसे समजेल? त्यामुळे लोकांमध्ये विवेकबुद्धी जागृत करणे आवश्यक आहे.

बुद्धांनी सम्यक समाधी संघ या तिसऱ्या बाबीचा प्रसार केला. बुद्धांनी सर्व उपदेशात 'सम्यक' या शब्दाचा फार वापर केला. समाधी-अवस्थेत लोकांचे मन एकाग्र होते. एखादा आवडता चित्रपट पाहताना, तीन तास कसे निघून जातात हे समजतच नाही;

तुम्हांला काळ-वेळेचे भानही उरत नाही. जशी एखादी मांजर उंदराला पकडण्यासाठी त्याच्या बिळासमोर दबा धरून बसते. कारण त्या वेळी तिला उंदराशिवाय इतर काहीही महत्त्वपूर्ण नसते. तिला उंदराची शिकार करायची असल्याने, तिचे लक्ष उंदराच्या त्या बिळाच्या तोंडावर पूर्णपणे एकाग्र झालेले असते. ही एका अर्थाने समाधीची अवस्था असते. पण ती सम्यक समाधी नसते. कारण सम्यक समाधीत कुठलाही मोह किंवा भीती अस्तित्वात नसते. ज्या वेळी कुठल्याही गोष्टीत आपण गुंतत नाही किंवा तिच्याशी संघर्षही करत नाही, तेव्हा सम्यक समाधी अवतरते.

सम्यक समाधी संघ

सम्यक समाधी संघ या संकल्पनेत 'संघ' या शब्दाला महत्त्व आहे. सम्यक समाधीची साधना करणाऱ्या साधकांचा समूह म्हणजे सम्यक समाधी संघ होय. आपण कोणत्या समूहात– संघात राहतो, याला फार महत्त्व आहे. खरे तर ज्यातून काही शिकायला मिळते, त्यालाच संघ म्हणतात. अन्यथा काही लोक संघाच्या नावाखाली क्लब सुरू करतात. क्लबमध्ये शिकण्यासारखे काही नसते. किंबहुना तिथे भेटीगाठी, गप्पाटप्पा, खाणेपिणे यालाच महत्त्व असते. अशा समूहांना संघ समजण्याची चूक कदापि करू नये. सम्यक समाधी संघाचा जो विस्तार झाला, त्याकडे आपल्याला वेगळ्या दृष्टिकोनातून पाहायला हवे. त्यासाठी सर्वव्यापी सत्याचा (Universal truth) U जाणून घेऊ या. विवेकबुद्धीचा V आणि सम्यक समाधी संघाचा S घेऊ या. म्हणजे UVS याचा अर्थ उच्चतम विकसित समाज. अशा सर्वोच्च विकसित समाजाचा विस्तार बुद्धांनी केला.

तुम्हांला आदी शंकराचार्य माहीत आहेतच. त्यांनी वेद, शास्त्र आणि उपनिषदे यांचा तत्कालीन प्रचलित भाषेच्या माध्यमातून प्रसार केला होता. कारण त्या काळात बहुसंख्य लोकांना वेद, शास्त्र आणि उपनिषदे यांचे विस्मरण झाले होते. आपल्याला उपनिषदांचा U घ्यायचा आहे, वेदांसाठी V घ्यायचा आहे आणि शास्त्रांसाठी S घ्यायचा आहे. अशा तऱ्हेने आपल्याला उच्चतम विकसित समाज (यूव्हीएस) समजेल. या समाजात राहणाऱ्यांना या सर्व बाबींचे ज्ञान असेल, सर्वव्यापी सत्य माहीत असेल, विवेकबुद्धी असेल. अशा समाजात सम्यक समाधी संघ असेल.

काही श्रीमंत मंडळी मौजमजा करण्यासाठी एखादा समूह किंवा सोसायटी बनवतात. त्यात जलतरण तलाव, क्लब आणि इतर अनेक सुखसोयी असतात. त्याचप्रमाणे UVS हादेखील उच्चतम विकसित समाज असेल. मात्र, त्यात शिक्षणाला आणि पृथ्वीलक्ष्य साधण्याला महत्त्व असेल. अशा समाजात एखाद्याला असे लक्ष्य मिळवणे कठीण जात

असेल, तर सर्व जण त्याला ते लक्ष्य प्राप्त होण्यासाठी साहाय्य करतील, त्यामुळे ते लक्ष्य साधणे संबंधिताला सोपे जाईल. पृथ्वीलक्ष्य म्हणजे आपले मन अकंप, प्रेमळ, निर्मळ आणि अखंड बनवणे, ज्यासाठी आपण पृथ्वीवर आलो आहोत.

मायेपासून अनासक्ती

बुद्धांनी सर्वव्यापी सत्य, विवेकबुद्धी आणि सम्यक संघाचा प्रसार केला. त्यांनी सांगितले, जर तुम्ही मायामोहात गुंताल, तर तुमचे नुकसानच होईल. त्यामुळे त्यामागे जाऊ नका. कारण मायेशी तुमचे नाते खूप सूक्ष्म असते. त्यामुळे मायेत आपण कधी गुंतलो, हे माणसाला समजतच नाही. जसे, जेव्हा तुम्ही एखाद्या वातानुकूलित खोलीत जाता, तेव्हा तुम्हांला खूप छान वाटते. परंतु, ज्या वेळी तुम्ही त्या खोलीबाहेर येता, त्या वेळी आतून अवरोध निर्माण होतो. त्याचप्रमाणे काही लोकांना सकाळी झोपेतून जागे होणे फार कठीण जाते. कारण रात्रभर वातानुकूलित खोलीत त्यांच्या सर्वांगाला आराम मिळालेला असतो. माणसाचे शरीर दिवसभर उभे असते. परंतु हेच शरीर रात्री बराच काळ अंथरुणावर आडवे (क्षितिज समांतर) असते. त्यामुळे सकाळी उठणे थोडे त्रासदायक ठरते. मात्र, प्राण्यांचे शरीर क्षितिजावस्थेतच असते. म्हणून त्यांना सकाळी उठणे त्रासदायक ठरत नाही.

सकाळी उठल्यानंतर तुम्हांला, 'दोन-चार तास अजून झोप, काही हरकत नाहीये' असे सांगितले तर खूप बरे वाटते. रोज सुमारे सात-आठ तास झोपल्यानंतर माणसाच्या शरीराला क्षितिजसमांतर, आडव्या अवस्थेची सवय होते. त्या अवस्थेचा मोह झाल्याने त्याला अंथरूण सोडणे कठीण जाते. याचा अर्थ, तुम्ही झोपू नका असा होत नाही. पण या गोष्टीचे भान तुम्हांला आले, तर अंथरुणातून बाहेर पडणे सोपे जाईल. त्या सुखामध्ये अडकून, गुंतून न पडता, तुम्ही त्याचे सुख उपभोगाल, शिवाय आनंदाने अंथरूण सोडाल. अशा गोष्टींनाही साक्षीभावाने (Mindfulness), पुन्हा साक्षी होऊन (Remindfulness) आणि हसत-खेळत (Playfulness) पाहायला शिकले पाहिजे. सकाळी उठल्यापासून घडणाऱ्या प्रत्येक गोष्टीकडे तुम्हांला याच पद्धतीने पाहता यायला हवे. असे केल्याने सुखांच्या मोहात आपण कसे गुंतून जातो आणि दु:खाशी संघर्ष कसा करतो, हे आपले आपल्यालाच उमगेल. दिवसभर आपल्याला अनेक सुखद गोष्टी दिसतील, ज्याच्यात आपले मन रममाण होते. त्याचबरोबर अनेक दु:खद घटनाही घडतील, ज्या मनाला आवडणार नाहीत. मग त्यांच्याशी आपले मन संघर्ष करत राहते. या दोन्ही भावनांकडे बुद्धांच्या बोधभावाने पाहायला हवे.

❑❑❑

अध्याय २०

बुद्ध बोधाचा पहिला उपाय : सम्यक दृष्टी

भगवान बुद्धांनी चार आर्य सत्यांसह आर्य अष्टांग मार्गाचाही प्रचार केला. ही आठ अंगे अशी : (१) सम्यक दृष्टी (२) सम्यक संकल्प (३) सम्यक वाणी (४) सम्यक कर्म (५) सम्यक उपजीविका (६) सम्यक व्यायाम (७) सम्यक स्मृती (८) सम्यक समाधी.

या आठ अंगांना तीन प्रकारच्या लोकांमध्ये विभागल्यास त्यांच्या आध्यात्मिक प्रगतीसाठी तीन प्रकारचे उपाय सापडतील. या तीन प्रकारच्या लोकांपैकी पहिल्या प्रकारचे लोक जणू सुरुंगांवर बसलेले असतात. सत्याची सूक्ष्म ठिणगीही त्यांच्यात सत्यानुभवाचा विस्फोट घडवते. या प्रकारच्या व्यक्ती ज्ञानप्राप्तीसाठी सुयोग्य असतात. सत्याच्या एखाद्या संकेताद्वारेही त्यांना बोध प्राप्त होऊ शकतो.

दुसऱ्या प्रकारचे लोक हे वाळलेल्या लाकडाप्रमाणे असतात. त्यांच्यावर थोडी मेहनत घेतल्यास त्यांच्यात सत्याची ज्वाला प्रदीप्त होऊ शकते. काही विधींद्वारे सत्याची ही तृष्णा वाढवली जाऊ शकते. अशा लोकांसाठी काही कर्मे, प्रयत्न आणि विधी आवश्यक असतात.

तिसऱ्या प्रकारचे लोक ओल्या लाकडाप्रमाणे असतात. ते संसारात गुरफटलेले असतात. त्यापासून त्यांना थोडी मुक्ती हवी असते. अशा लोकांसाठी शील आणि सदाचाराचा मार्ग उपयुक्त ठरतो.

पहिला उपाय : समज (Understanding)

भगवान बुद्धांनी पहिला उपाय सांगितला आहे– अंडरस्टॅण्डिंगचा, समजेचा, प्रज्ञेचा आणि सम्यक दृष्टीचा. ज्या व्यक्तींमध्ये सत्य सांगून ज्ञानप्राप्ती होण्याची शक्यता होती, त्यांना थेट सत्य सांगितले गेले. ज्यांना ते ऐकून समजले नाही, त्यांच्यासाठी वेगवेगळे विधी सांगितले गेले. बुद्धांनी जी पहिली पद्धत सांगितली, ती होती, सत्य श्रवणातून सम्यक दृष्टी मिळवणे. ज्यांची ऐकायची पूर्ण तयारी झाली होती, त्यांना सत्य श्रवणातून आत्मसाक्षात्कार झाला. या मार्गाचा भगवान बुद्धांनी अनेकांवर प्रयोग केला. त्यांच्याबरोबर सत्य शोधार्थ निघालेले बुद्धांचे जे मित्र होते व अर्ध्यावरच त्यांना सोडून गेले, त्या पाच मित्रांना सत्य श्रवणातून आत्मसाक्षात्कार झाला. बुद्धांच्या सत्य श्रवणाद्वारे थेट आत्मसाक्षात्काराची पात्रता निर्माण व्हावी म्हणून कौंडण्याने आपला व्यवसाय, घर आणि राज्य यांचा त्याग केला होता. भगवान बुद्धांची ज्ञानवाणी ऐकूनच कौंडण्य मुक्त झाले. बुद्धी आणि सम्यक विचारांच्या योग्य उपयोगाद्वारे प्रज्ञा (समज) प्राप्त होते. अन्यथा, सहज सरळ गोष्टीचे आकलनही आपल्याला होत नाही आणि आपण संभ्रमित होतो.

एका ज्येष्ठ महिलेचा गुडघा दुखत होता. त्यामुळे ती डॉक्टरांकडे गेली. ती डॉक्टरांना म्हणाली, 'माझा गुडघा दुखतोय. त्यात नेहमी वेदना होत असतात.' डॉक्टरांनी तिला त्यावरचे औषध दिले. त्या महिलेने या गुडघेदुखीचे कारण विचारले. त्यावर डॉक्टर म्हणाले, 'वृद्धापकाळामुळे गुडघे दुखतात.' त्यावर त्या महिलेने विचारले, 'माझ्या दोन्ही गुडघ्यांचं वय तर सारखंच आहे. मग एकच गुडघा का दुखतो?' यावर डॉक्टर काय सांगत आहेत, हेच त्या ज्येष्ठ महिलेच्या लक्षात येत नाही.

यासाठीच जे सांगितले जात आहे, तसेच समजून घेतले जात आहे का? हे लक्षात घेणे गरजेचे आहे. ते जर योग्यरीत्या तसेच समजले गेले तर सत्य त्वरित तुमचे आयुष्य बदलून टाकेल. सत्य ऐकताच तुमच्यात हा बदल घडेल. आपले विचार हे आरशाप्रमाणे आहेत. त्यानुसारच आपल्या जीवनात घडामोडी घडत असतात. त्यामुळे सम्यक विचार ठेवावेत, असे बुद्धांनी सांगितले आहे.

एक वकील कोर्टात पिंजऱ्यात उभ्या असलेल्या आरोपीला म्हणाला, 'तुझ्या जागी मला सैतान असल्याचा भास होतोय.' वकील आपण चालवलेला खटला जिंकण्यासाठी काहीही करतात, त्यामुळे तो वकील असे म्हणाला असावा. मात्र, त्याला उत्तर देताना तो आरोपी म्हणाला, 'माझा चेहरा आरशाचं काम करतो, हे मला प्रथमच समजतंय...'

आपण जसा विचार करतो, तसे लोक आपल्याला दिसतात. आपण पूर्वग्रहांच्या

चष्म्यातूनच लोकांकडे पाहत असतो. लोकांच्या प्रतिसादाकडेही आपण आपल्याच चष्म्यातून पाहतो. असे अनुमान आपल्याला सत्यापासून दूर नेतात.

सत्य नुसत्या श्रवणाने उमगू शकते, ही गोष्ट कुणी पहिल्यांदा ऐकली, तर त्यांचा विश्वासच बसत नाही. ते विचार करतात, की सत्य केवळ ऐकल्याने उमगू शकते, तर ते आपण फोनवर ऐकू या. जशी बंदुकीची गोळी आपण हाताने फेकून मारली तर निष्प्रभ ठरते. तिचा योग्य परिणाम ती बंदुकीतून सुटल्यानंतरच घडतो. तसेच सत्य जेव्हा सत्संगात ऐकले जाते, तेव्हाच त्याचा परिणाम घडतो. फोनवर हे कसे शक्य आहे? सत्य श्रवणाद्वारे अहंकाराचा कर्ताभाव नाहीसा होतो.

सत्य श्रवणानंतरही काही परिणाम होत नसेल तर ते निरुपयोगी ठरते. त्यासाठी पूर्वतयारी आवश्यक असते. त्याद्वारे श्रावक सत्य श्रवण करण्याची क्षमता योग्यरीत्या प्राप्त करतो. सत्य ऐकताच खोट्या 'मी'चा मृत्यू होतो. सत्य जाणण्यासाठी चुकीच्या धारणा, समजुतींचे अडथळे हटवणे गरजेचे असते. हे अडथळे दूर झाल्यावर सत्य प्रकाशात येऊ लागते.

या धारणा, पूर्वग्रह समोर येताच त्यांच्यापासून मुक्ती, बोध सहजपणे मिळू शकतो. हा बोध कसा मिळवायचा याचा दुसरा उपाय पुढील अध्यायात पाहू या.

❑❑❑

अध्याय २१

बुद्ध बोधाचा दुसरा उपाय : संकल्प, कर्म, स्मृती, समाधी

ज्या व्यक्ती थेट श्रवणाद्वारे समजू शकत नाहीत, त्यांना एखादी विधी दिली जाते. या विधीद्वारे सम्यक साधना केली जाते. बहुतांश लोक या दुसऱ्या मार्गाचा लाभ घेतात. या अंतर्गत पहिला उपाय असा :

दुसऱ्या उपायांतर्गत पहिला शब्द आहे : सम्यक संकल्प

भगवान बुद्धांनी जंगलात सहा वर्षे तपस्या केली. अचानक एके दिवशी त्यांनी संकल्प केला, जोपर्यंत मला ज्ञानप्राप्ती होत नाही, तोपर्यंत मी या वृक्षाखाली (बोधीवृक्ष) बैठक घालून बसेन, तिथून उठणारच नाही. ती रात्र उलटल्यानंतर खरोखरच सकाळी त्यांना संपूर्ण ज्ञान प्राप्त झाले. अर्थात, त्यासाठी त्यांची तेवढी पूर्वतयारी झाली होती. त्यांनी संकल्प करून इच्छित फलप्राप्ती करून घेतली. तुम्हीही असा दृढ संकल्प करू शकणार का? ठाम निर्धार करणार का? संकल्प केल्यानंतर किती फरक पडतो, हे एका उदाहरणाद्वारे समजून घेऊ या.

काही ज्येष्ठ नागरिकांना आजारपणामुळे वेगाने चालता येत नव्हते. ते अगदी हळूहळू चालायचे. त्यांच्या दोन पावलांत फार अंतर नसायचे. त्यांच्यावर डॉक्टरांनी एक प्रयोग केला. त्यात त्या रुग्णांसमोर एक रेष आखण्यात आली. त्यांना या रेषेपलीकडे

पावले टाकण्यास सांगण्यात आले. ज्या ज्येष्ठ लोकांना लांब अंतरांवर पावले टाकता येणे शक्य नव्हते, तेदेखील या रेषेपलीकडे पावले टाकण्यात यशस्वी झाले. त्यांना त्या रेषेपलीकडे जाण्याचे एक लक्ष्य, संकल्प दिला गेला. त्याप्रमाणे त्यांनी पावले उचलली आणि ते या प्रयत्नात यशस्वी झाले. यामागे काय कारण असावे? या रेषेपलीकडे पाऊल टाकायचे, असा संकल्प त्यांनी केला आणि तो पूर्ण केला. जर एक छोटे लक्ष्य ठरवले, दृढ निश्चय केला, तर तोच निर्णय अथवा संकल्प फलदायी ठरतो. आपल्या शरीराच्या पेशींमध्ये विचारांमुळेच शक्तीचा संचार होतो. एखाद्या रुग्णाने 'मला बरं व्हायचंय, मी बरा होणारच' असा विचार वारंवार केला तर, त्याच्यात शक्तीचा संचार होतो.

आपले शरीर आजारी पडते, यामागे काय कारण असू शकते? कारण आपल्यासमोर कुठलेही ध्येय नसते. वयाची साठ वर्षे होताच वृद्धत्व येते...आता खूप जगून झाले आहे, असे विचार येऊ लागतात. या समजुतीमुळेच साठीनंतर लोकांना विविध प्रकारचे रोग-विकार होऊ लागतात. पण तेच लोक एका अशा समाजात राहिले, जिथे साठ वर्षांचे वय जास्त समजले जात नाही, सगळे सकारात्मक विचारांचेच लोक आहेत. शिवाय आपल्या ध्येयपूर्तीसाठी कार्यरत आहेत. तेव्हा दृश्य कसे असेल बरे? संकल्प बदलल्यानंतर मनुष्याच्या अंतर्यामी नवीन स्फूर्ती निर्माण होते. माणसाने ठरवले तर तो संकल्पाद्वारे, जीवनस्फूर्तीद्वारे आपले वय वाढवू शकतो. सत्यप्राप्तीचे ध्येय समोर असेल, तर जीवनात सत्य अवतरेलच. अशा प्रकारे बुद्धांनी दृढ संकल्प केल्यानंतरच त्यांना अंतिम सत्य प्राप्त झाले.

दुसऱ्या उपायांतर्गत दुसरा शब्द आहे : सम्यक कर्म, प्रयत्न

प्रयत्नांविना यश मिळत नाही, असे बुद्धांनी सांगितले आहे. एका उदाहरणातून हे समजून घेऊ या.

एक माणूस नोकरीसाठी मुलाखत देण्यास गेला. त्या वेळी त्याने आपल्या बॉसला विचारले, 'मला किती पगार मिळेल?' तेव्हा त्याला सांगितले गेले, सध्या दहा हजार रुपये पगार मिळेल आणि दहा महिन्यांनी त्याला वीस हजार रुपये पगार दिला जाईल.' त्या वेळी तो माणूस म्हणाला, 'मग मी दहा महिन्यांनंतरच नोकरीसाठी येतो!'

कुठल्याही प्रयत्नांविना, कष्टांविना आपल्याला जास्त पगार मिळावा, अशी त्या माणसाची इच्छा होती. पण विनाकष्ट यश मिळत नाही. नोकरी मिळत नाही. पगारही वाढत नाही.

दुसऱ्या उपायांतर्गत तिसरा शब्द आहे : सम्यक स्मृती

स्मृतीचा अर्थ आहे जागृती. आपल्या विचारांना पाहणे. आपल्या शरीराला बसलेले, आडवे पडलेले, चालताना-बोलताना पाहणे हा सम्यक स्मृतीचाच एक भाग आहे. जर रंगमंचावर एखादा पुरुष स्त्रीचे पात्र रंगवत असेल, तर त्या वेळी तो पुरुष असल्याचे विसरतो का? ती स्त्रीची भूमिका साकारतानाही त्याला हे भान सतत असते, की तो पुरुष आहे. तसेच 'कोण आहे,' हे जेव्हा तुम्हांला उमगते, तेव्हा ही स्मृती सतत तुमच्या सोबत राहते. हनुमंतांनाही कुणी तरी आठवण करून द्यावी लागली, की तू एका उडीत समुद्र पार करू शकतो, आणि त्यांनी तसे केले.

दुसऱ्या उपायांतर्गत चौथा शब्द आहे : समाधी (मनाचे स्नान)

समाधीचा अर्थ आहे, आपल्या अंतरंगात डुबकी लावणे. आपल्या अंतर्यामी प्रवेश करणे. मनाला स्नान घालणे. प्रत्येकाची स्नानाची ठरावीक अशी वेळ व स्थळ असते. त्याचप्रमाणे मनाच्या स्नानाचीही वेळ आणि स्थळ निश्चित असायला हवे. त्यामुळे तुमची त्यासाठी पूर्वतयारी होऊ शकेल. मनाचे स्नान म्हणजे मनाला निर्मळ, शुद्ध बनवणे. आपल्या मनाचे काम कसे चालते, हे जाणून घेणे. आपल्या मनाला जाणणे म्हणजे समजून घेणे. मन शुद्ध झाल्याने शांती, दृढता आणि आत्मविश्वास वृद्धिंगत होतो.

बाह्य जगात जेव्हा आपण वावरतो, तेव्हा कुणी न्यायाधीशाच्या, तर कुणी वकिलाच्या, इन्स्पेक्टरच्या, उद्योगपतीच्या, विद्यार्थ्याच्या, गृहिणीच्या भूमिकेत असतो. मग तो खरा कोण आहे? कारण मनुष्य आपल्या वरिष्ठांसमोर वेगळे वागतो, तर नोकरासमोर त्याची वर्तणूक वेगळी असते. आईसमोर भिन्न असतो, मित्रांशी त्याचे वागणे वेगळेच असते, तर शिक्षकांसमोर निराळे असते. अशा प्रकारे प्रत्येकासमोर माणसाचा चेहरा वेगळाच असतो. मग त्याला त्याचा खरा चेहरा कधी समजेल? मनाच्या स्नानानेच आपल्याला खरा चेहरा समजतो.

समाधीद्वारे मनुष्याची एकाग्रता वाढते आणि सम्यक समाधीद्वारे प्रज्ञेचा उदय होतो. समाधी साधना करताना पुढील पाच शत्रूंपासून नेहमी सावध राहायला हवे :

१. साशंकता : स्वत:विषयी साशंकता, गुरूविषयी साशंकता किंवा साधनेच्या विधीविषयीच साशंकता.
२. तमोगुण, सुस्ती : आळसामुळे साधक समाधीसाधना टाळतो.
३. कामवासनेचे विचार : मनात उत्पन्न होणारे भोगविलासाचे विचार साधकास समाधीपासून परावृत्त करतात.

४. निराशेचे विचार : साधनेत आपण अपयशी ठरू, असे निराशाजनक विचार उद्विग्नता निर्माण करतात.
५. द्वेषपूर्ण विचार : कुणाशी शत्रुत्व असेल तर त्याच्या विचारानेही सूडभावना उत्पन्न होते.

सम्यक समाधीद्वारे या सर्व शत्रूंपासून मुक्ती मिळते. मन निर्मळ होते. सहनशीलता, कार्यक्षमता, एकाग्रता, आरोग्य व निरपेक्ष कर्म करण्याची भावना प्रबळ होते.

❑❑❑

अध्याय २२

बुद्ध बोधाचा तिसरा उपाय : वाणी, व्यवहार आणि व्यापार

जे गृहस्थ आहेत, ज्यांच्याकडे ध्यानसाधना अथवा मनन करण्यासाठी वेळ नाही, त्यांच्यासाठी तिसरा आवश्यक उपाय सांगितला गेला आहे.

उच्चार : सम्यक वाणी

दिवसभर आपण उच्चारत असलेल्या शब्दांचा, भाषेचा योग्य उपयोग केला पाहिजे. अयोग्य शब्दांचा उपयोग करू नये. शब्दांचा अयोग्य उपयोग केल्याने आपली शब्दांची शक्ती कमी होत जाते. आपल्या बोलण्याची पद्धतच अशी असावी, की समोरच्याला वाईट न वाटता, तुम्हांला जे सांगायचे आहे ते त्याच्यापर्यंत पोहोचले पाहिजे. तुम्ही शब्दांचा ज्या प्रकारे वापर करता, तसेच विचार तुमच्या मनात निर्माण होण्यास सुरुवात होते. त्यामुळे तुमच्या वाणीतून शिवी, चहाडी, वाईट भाषा, निंदा, व्यंग, असत्य इत्यादी गोष्टींचा वापर टाळायला हवा.

एकदा, एका व्यक्तीच्या घरी वीज-उपकरणांच्या दुरुस्तीसाठी एक इलेक्ट्रिशियन आला. काम पूर्ण केल्यानंतर दीडशे रुपयांचे बिल देऊन तो म्हणाला, 'आता पैसे दिले तर दीडशे रुपये होतील; पण पुढच्या आठवड्यात बिल भरल्यास दोनशे रुपये होतील.' हे ऐकून आपल्याला उगाचच भुर्दंड का भरावा लागतोय, याचे त्या घरमालकाला वाईट

वाटले. पण, हीच बाब त्या इलेक्ट्रिशियनला वेगळ्या पद्धतीनेही सांगता आली असती. तो जर असे म्हणाला असता, 'आपलं बिल दोनशे रुपये झालं आहे; लगेच ते भरलं तर आपल्याला फक्त दीडशे रुपये द्यावे लागतील' तर हे ऐकून समोरच्या व्यक्तीला समाधान वाटले असते. खरे तर यात कुठलीच नवीन गोष्ट सांगितलेली नाही. फक्त सांगण्याच्या शैलीत फरक केला गेला आहे. त्यामुळे समोरच्या व्यक्तीलाही वाईट वाटत नाही आणि आपलेही काम सहज होते. जर कुणी आरडाओरडा करत असेल, तर 'ओरडू नका' असे सांगण्याऐवजी 'हळू आवाजात बोला' असे सांगितल्यास फरक पडतो. 'ओरडू नका' हे नकारात्मक वाक्य आहे. पण 'हळू आवाजात बोला' हे सकारात्मक वाक्य आहे.

आचरण : सम्यक व्यवहार

आचरण म्हणजेच व्यवहार. आपल्या व्यवहारात चोरी, नशा, व्यभिचार, जुगार, हत्या आदी कुकर्मांना स्थान असता कामा नये. या गोष्टींपासून दूर राहिल्यास मन शांत होऊ शकते. शांत मनच अंतर्शोध घेऊ शकते. अशांत मन विवेक नष्ट करतो. योग्य आचरण, सम्यक कर्माचे फळ परिपक्व होताच सुख आपोआप माणसाच्या जीवनात प्रवेश करते. वाईट कर्माचे फळ मिळण्यापूर्वीच मूर्ख व्यक्ती आनंद साजरा करते; पण पापाचे फळ मिळाल्यावर दु:खी होऊन ती आणखी मूर्खपणा करू लागते.

व्यापार : सम्यक उपजीविका

बुद्धांनी तिसरा शब्द वापरला, संचार-व्यापार. ज्याला सध्या व्यवसाय म्हणतात. माणसाला जगण्यासाठी अन्न, वस्त्र आणि घर यांची गरज असते. शिवाय, या सर्वांसाठी पैसा आवश्यक असतो. पैसे कमावण्यासाठी नोकरीची किंवा व्यवसायाची गरज असते. मात्र, ही उपजीविका दु:ख निर्माण करणारी नसावी. उपजीविकेचा असा मार्ग निवडा, ज्यामुळे सुख-समाधान आणि गुणांचा विकास होण्यास मदत होईल. तुम्ही मद्यविक्रीचा व्यवसाय करत असाल, तर ते मद्य पिणाऱ्यांच्या घरी कुरबुरी-भांडणे-संघर्ष होणार, हे निश्चित. त्यामुळे लोकांचे नुकसान होणार नाही, असा व्यवसाय करा. तुमचा व्यवसाय तुमच्या ग्राहकांच्या घरातील शांती भंग करणारा नसावा. स्फोटके, पिस्तूल, मांस, शिकार, चरस-गांजा यांसारख्या अमली पदार्थांच्या व्यापारापासून स्वत:ला नेहमी दूर ठेवा.

या तिन्ही उपायांसह सम्यक व्यायामही आवश्यक आहे. सम्यक व्यायामाविषयी पुढे विस्तारपूर्वक जाणून घेऊ या.

❑❑❑

अध्याय २३

उपासकांसाठी सम्यक व्यायाम

स्त्री-पुरुष, तरुण, गृहस्थ, व्यापारी, राजा, राजकारणी, भिक्षू आदींसाठी भगवान बुद्ध वेगवगळ्या प्रकारे उपदेश देत असत. त्यांनी प्रत्येकाला ज्ञानदान करण्याची व्यवस्था तयार केली. त्यांच्याकडे ज्ञानप्राप्तीसाठी आलेल्या साधकांची विभागणी त्यांनी दोन भागांत केली. एका भागाचे नाव त्यांनी 'भिक्षू' किंवा 'श्रमण' ठेवले, तर दुसऱ्याचे नाव 'उपासक'. भिक्षूंनी संघात राहून दीक्षा घेतली. संन्यस्त होऊन त्यांनी ध्यानसाधना आणि भिक्षा मागणे सुरू केले. उपासकांनी गृहस्थाश्रमात, संसारात राहून पंचशीलांचे पालन करत, शील आणि सदाचाराचे जीवन अवलंबले. या उपासकांना ज्ञानदान करताना भगवान बुद्धांनी त्यांना सम्यक व्यायामावर मार्गदर्शन केले.

प्रत्येक व्यक्तीला शारीरिक व्यायामासह सम्यक व्यायामाची गरज असते. व्यायाम म्हणजे विविध प्रकारच्या शारीरिक कसरती, मुद्रा. सम्यक व्यायाम म्हणजे विवेकपूर्ण मानसिक कसरत. मन जेव्हा चुकीच्या वृत्तींमुळे दुर्बळ बनते, तेव्हा त्याला सम्यक व्यायामाची खूप गरज असते. कमकुवत मनामुळे माणूस दुःखाच्या खोल गर्तेत जाण्याचा धोका असतो. परंतु हेच मन निरोगी होऊन मोक्ष मिळवण्यास मदत करू शकते. या मनाला योग्य दिशा देण्यासाठी थोडा व्यायाम करण्याची गरज असते. रिते मन किंवा कुठलेही ध्येय नसलेले मन सैतानाचे घर मानले जाते. प्रत्येक व्यक्तीने मनासाठी पुढे दिलेले चार व्यायाम करणे गरजेचे आहे :

१. आपल्यात कुठलेही दुर्गुण नाहीत ना, याची खातरी करा. ते नसल्यास आगामी

काळात आपल्यात ते दुर्गुण येणार नाहीत, यासाठी सदैव सावध-सजग राहिले पाहिजे. या दुर्गुणांना, वृत्तींना आणि चुकीच्या सवयींना रोखण्याचा व्यायाम हा पहिला व्यायाम आहे.

२. आपल्यात काही दुर्गुण असल्यास, त्यांना जाणीवपूर्वक हटवण्याचा व्यायाम करावा. संयम आणि साहसाने या दुर्गुणांतून, वृत्तींतून आणि वाईट सवयींतून मुक्त होता येते. या दुर्गुणांमुळे माणसाचे अधःपतन होते. त्यामुळे हा दुसरा व्यायाम खूप गरजेचा आहे. पंचशीलांचे पालन या व्यायामाला साहाय्यक ठरते. हे पंचशील पुढीलप्रमाणे :

   १. खोटे न बोलणे किंवा सदैव सत्याच्या मार्गावर चालणे.
   २. हिंसा किंवा कुणाची हत्या न करणे. कुठल्याही सजीवाला भाव, विचार, वाणी किंवा कृतीद्वारे दुःखी करू नये.
   ३. चोरी करू नये किंवा परक्याची वस्तू आपल्या ताब्यात ठेवू नये.
   ४. नशा, अमली पदार्थांचे व्यसन करू नये. जुगारापासून नेहमी दूर राहावे.
   ५. परस्त्रीची अभिलाषा करू नये. व्यभिचारास अथवा भोगविलासास बळी पडू नये.

प्रत्येक व्यक्तीने स्वतःसाठी नियम आणि पंचशील पालनाच्या मर्यादा आखून घ्याव्यात. यामुळे आपले पतन होत आहे की उन्नती, हे त्याच्या लक्षात येईल. जी व्यक्ती जीवनाचे नियम आणि पंचशील समजून घेत नाही, तिची कधीही प्रगती होत नाही. ती व्यक्ती सदैव दुःखाच्या खोल गर्तेत फसत जाते. ज्या व्यक्तीला आपले पतन होत आहे, याची जाणीव होते, ती आज ना उद्या पंचशीलपालनाचा संकल्प करून आपल्या जीवनाचे उन्नयन करू शकते.

तुम्ही जेव्हा स्वतःसाठी यम-नियम, शीलाचरण निश्चित कराल, तेव्हा स्वतःला एक प्रश्न विचारा, या नियमपालनामुळे माझे हित साधले जाणार आहे ना? दुसरा प्रश्न असा विचारा, या नियमपालनामुळे दुसऱ्याचे नुकसान तर होत नाही ना? जेव्हा पहिल्या प्रश्नाचे उत्तर होकारार्थी येईल आणि दुसऱ्या प्रश्नाचे उत्तर नकारार्थी येईल तेव्हा आपण योग्य नियम बनवले आहेत, असे समजण्यास हरकत नाही. उदाहरणार्थ, चोरी करण्यात माझे हित आहे का? किंवा चोरी न केल्याने इतरांचे नुकसान होईल का?

दुसऱ्या प्रकारच्या व्यायामात आपण श्रेष्ठ जीवनाचा प्रारंभ करतो. मनाला अशांत करणाऱ्या सवयींपासून आपण स्वतःला वाचवतो. आपल्या अंतरंगात आपले

उन्नयन होते की पतन, याचे सदा स्मरण राहते. उदाहरणार्थ, शिवीगाळ, निरर्थक गप्पा, चहाडी-चुगली, इतरांची टीका करणे अशा प्रकारांमध्ये गुंतू नये, याची आपल्याला जाणीव होते. अशी जाणीव होणे, अतिशुभ आहे. त्यामुळे आगामी काळात संकल्प करून या सवयींतून स्वतःला मुक्त करण्याचा व्यायाम तुम्ही कराल.

३. आपल्यात काही गुण असणे आवश्यक आहे. सत्याच्या यात्रेत हे गुण आपल्याला खूप उपयुक्त ठरतात. उदाहरणार्थ, आत्मसंयमन, कट-कारस्थान-कपटविरहित मधुर संवाद साधणे, सर्वांशी नम्रतेने आणि संयमाने वागणे, शरीराची कार्यक्षमता वाढवणे, शरीराला शिस्तीत, साधनेत ठेवणे, काम वेळेत संपवणे, रुग्णांची सेवा करणे इत्यादी.

या गुणांमुळे आपण लोकांपासून, शरीरापासून, विचारांपासून होणाऱ्या अनेक प्रकारच्या त्रासांपासून वाचतो. आपल्या वेळेची बचत होऊन आपण तो ध्यानसाधनेत लावू शकतो.

तिसऱ्या व्यायामात तुम्ही स्वतःमधील गुणांची पडताळणी करा. यातील कोणते गुण आपल्यात नाहीत, ते लवकरात लवकर आत्मसात करण्याचा संकल्प करा.

४. लोकांकडून शिकण्यासारखे अनेक गुण असतात. तुमच्यातही अनेक गुण आहेत, ते ओळखणे आवश्यक आहे. त्या गुणांचा उपयोग करून घेता आला पाहिजे. या गुणांना अभिव्यक्त करताना आपली उन्नतीही झाली पाहिजे. हे गुण सदा आपल्यात राहतील, यासाठी व्यायाम करायला हवा. हे गुण रोखण्याव्यतिरिक्त त्यांचे संवर्धन म्हणजेच विकासही करायला हवा.

❑❑❑

खंड ६

भगवान बुद्धांची अन्य शिकवण

अध्याय २४

मध्यम मार्ग

भगवान बुद्धांनी आपल्या साधनेच्या सुरुवातीच्या काळात टोकाचा मार्ग अवलंबला होता. राजवाड्यात राहून भोगविलासाचा अतिरेक त्यांनी अनुभवला होता. जंगलात खडतर तप करताना त्यांनी अतिशय शारीरिक त्रास सहन केला. हे दोन्ही टोकाचे अनुभव घेतल्यानंतर खूप शारीरिक त्रास, वेदना सहन केल्याने पापे नष्ट होतात या धारणेला बुद्धांनी छेद दिला.

टोकाची अवस्था माणसाला आवडते. पण त्यामुळे तो निसर्गापासून दूर जातो. निसर्गापासून दूर होऊन तो आजार आकर्षित करतो. भोजन करताना स्वादिष्ट पदार्थांच्या मोहात पडून तो हे पदार्थ गरजेपेक्षा जास्त प्रमाणात खातो. अशा प्रकारे अतिभोजन करून मनुष्य आपले आरोग्य बिघडून टाकतो. अन्यथा, भोजन न करण्याचा संकल्प करून, तो दुसरे टोक गाठतो.

प्रसेनजित राजा खवैय्या होता. त्याला खाण्याची खूप आवड होती. जेव्हा त्याने बुद्धांकडून दीक्षा घेतली, तेव्हा मध्यममार्गाचा अवलंब केला. सुरुवातीला हा मार्ग त्याला कठीण वाटला. म्हणून बुद्धांनी त्याला उपदेश दिला, भरपेट खाऊन झोपलेल्या डुकराप्रमाणे निद्रिस्त राहणे, सुस्त राहणे मूर्खपणा आहे. अधिक भोजन केल्याने रोग सतावतात आणि त्रास होतो. मात्र संयमाने योग्य प्रमाणात आहार घेणे हे बुद्धिमान माणसाचे लक्षण आहे. मिताहार करणाऱ्या व्यक्तीचा वृद्धापकाळ तुलनेने लवकर येत नाही. शिवाय, अनेक शारीरिक व्याधींपासून त्याचा बचाव होतो.

प्रसेनजित राजाने आहाराच्या बाबतीत मध्यम मार्ग साधण्याचे अनेक प्रयत्न केल्यानंतरही त्याला अपयश आले, तेव्हा बुद्धांनी त्यांचा भाचा सुदर्शनला या कामासाठी त्याला सतर्क करण्याची आज्ञा दिली. दर वेळी जास्त आहार घेतल्याबद्दल प्रसेनजित राजाकडून हजार नाणी दंड वसूल केला जात असे. अशा प्रयत्नातून अखेर त्यांचे वजन कमी झाले.

जास्त खाण्याने माणूस निसर्गापासून दूर जातो, कारण तो निसर्गनियमांचे उल्लंघन करतो. ही सृष्टी सदैव समतेच्या तत्त्वावर चालते. जेव्हा उष्णता वाढते, तेव्हा पावसाद्वारे समतोल राखला जातो. माणसाची हीच सवय प्रत्येक बाबतीत काम करते. तो एक तर खूप झोप घेतो किंवा खूप कमी झोपतो. खूप गरम अन्न खातो किंवा थंड पेय पितो. अशा प्रकारचा आहार घेतल्यानंतर माणसाच्या शरीरात उन्माद, उत्तेजना निर्माण होते. ही उत्तेजना माणसाला हवीहवीशी वाटते. मग त्याची हीच सवय हळूहळू व्यसनात रूपांतरित होते. त्यामुळे खूप गरम किंवा खूप थंड खाण्याची आवड माणसात निर्माण होते. असे मनाजोगते खाणे न मिळाल्यास माणूस संतप्त होतो. त्यामुळे भोजनासंदर्भात असा अतिरेक करू नये. कुठलाही अतिरेक वाईटच 'अति सर्वत्र वर्जयेत'.

व्यायाम करणे आरोग्यास हितकारक आहे; पण दिवसभर व्यायाम करणे योग्य नाही. जगण्यासाठी आहार गरजेचा आहे; मात्र आहारासाठी जगणे योग्य नाही. एखादी व्यक्ती जेव्हा कुठल्याही गोष्टीचा अतिरेक करते, तेव्हा त्या व्यक्तीला 'मुडी', सणकी म्हटले जाते. ती व्यक्ती कुठल्याही बाबतीत अतिरेक करत असेल, तर अशा व्यक्तीचा विकास संतुलित न होता एकतर्फी होतो. ज्या व्यक्तीला आपला संपूर्ण विकास साधायचा आहे, ती कधीही अतिरेक करत नाही. सम्यक आहार, सम्यक व्यायाम, सम्यक आराम आणि सम्यक उपजीविका हे संतुलित, निरोगी आणि समाधानी जीवनासाठी अमृत आहे. अति भोजन, अति काम, अति आराम आणि अति विचार हे संतुलित, निरोगी आणि समाधानी जीवनासाठी विषासमान आहेत. त्यामुळे कधीही अतिरेक न करता मध्यम मार्गाचा अवलंब करा.

❑❑❑

अध्याय २५

दहा सद्‌गुण

भगवान बुद्धांनी आपल्या उपदेशांत संबोधी मिळवण्यासाठी दहा सद्‌गुण आवश्यक असल्याचे सांगितले आहे. साधक जेव्हा हे सद्‌गुण अंगीकारतो, आपल्या अंतरंगात त्यांचा विकास करतो, तेव्हा त्याला अरिहंत किंवा मुक्तीची अवस्था प्राप्त होते. हे दहा सद्‌गुण पुढीलप्रमाणे :

१. **दान :** फक्त आपल्या संपत्तीचा काही अंश नव्हे, तर आपला वेळ आणि ज्ञान यांचाही लाभ लोकांना देण्याची गरज आहे. आपल्या धनावर केवळ आपलाच नाही, तर समाजातील गरजवंत लोकांचाही हक्क आहे. धनाचा उपयोग लोकांची चेतना विस्तृत करण्यासाठी करायला हवा. ही बाब आपण एका उदाहरणाद्वारे समजून घेऊ या.

   भगवान बुद्धांचे पाटलीपुत्र नगरीत जेव्हा आगमन झाले, तेव्हा तेथील रहिवासी आपापल्या कुवतीनुसार त्यांना भेट देण्याचे नियोजन करू लागला. बिंबिसार राजानेही मौल्यवान हिरे, मोती आणि रत्नांचा नजराणा बुद्धांना देऊ केला. त्यानंतर मंत्री, शेठ, सावकार यांसारख्या लोकांनी त्यांना विविध नजराणे दिले. सर्वांनी देऊ केलेले दान बुद्धांनी एका हाताने स्पर्श करत सहर्ष स्वीकारले. त्याच वेळी एक वृद्ध स्त्री तिथे काठी टेकत आली. बुद्धांना नमन करत ती म्हणाली, ‘भगवान, ज्या वेळी मला आपल्या आगमनाची सूचना मिळाली, त्या वेळी मी डाळिंब खात होते. माझ्याकडे इतर काहीही नसल्यानं मी हे अर्धवट खाल्लेलं डाळिंब आपल्यासाठी

घेऊन आले आहे. माझी ही अतिशय छोटीशी भेट आपण स्वीकारली तर हे मी माझं भाग्य समजेन.'

भगवान बुद्धांनी दोन्ही हात पुढे करत ते डाळिंब घेतले आणि खाल्ले. ते पाहून बिंबिसार राजाने बुद्धांना विचारले, 'भगवान, क्षमा करा. पण एक प्रश्न विचारू इच्छितो. आम्ही सर्वांनी आपल्याला अत्यंत मौल्यवान नजराणे, भेटवस्तू दिल्या. त्या तुम्ही एका हातानं स्वीकारल्या. पण, या वृद्ध स्त्रीनं दिलेलं छोटंसं उष्टं फळही आपण दोन्ही हातांनी स्वीकारलं. असं का?' ते ऐकून स्मित करून बुद्ध म्हणाले, 'राजन! तुम्ही सर्वांनी खरंच खूप बहुमोल भेटवस्तू दिल्या. पण त्या भेटवस्तूंचं मूल्य तुमच्या सर्वांच्या संपत्तीचा दहावा भागही होत नाही. तुम्ही दिलेलं हे दान दीन-दुबळ्यांच्या, गरिबांच्या भल्यासाठी दिलेलं नाही. त्यामुळे तुमचं हे दान सात्त्विक दानाच्या श्रेणीत बसत नाही. याउलट, या वृद्धेनं आपल्या तोंडचा घासही मला दिला. ही स्त्री निर्धन असली, तरी तिला संपत्तीची कोणतीही लालसा नाही. त्यामुळेच तिनं दिलेलं दान मी खुल्या हृदयानं, दोन्ही हातांनी स्वीकारलं.'

२. **शील :** शील म्हणजे नैतिकता. निसर्गनियमांचे पालन करणे, सदाचाराचे जीवन आचरणे, या विषयी मानसिक व्यायामात विस्ताराने विवेचन केले आहे.

३. **निष्क्रियता (नैष्क्रम्य) :** निष्क्रियता म्हणजे प्रापंचिक काम, भोगाचा त्याग करणे.

४. **प्रज्ञा :** प्रज्ञेचा अर्थ आहे जाणणे. ज्ञानाने प्रकाशमान होणे. यावर बुद्ध बोध अध्यायात विस्ताराने विवेचन केले आहे.

५. **वीर्य :** वीर्य म्हणजे पुरुषार्थ, मेहनत करणे, कष्ट करणे. सत्यप्राप्तीसाठी प्रत्येक अडथळा, अडचणी यांना तोंड देणे. या गुणांचा उपयोग प्रत्येक गोष्टीत करणे आवश्यक आहे.

६. **क्षांति :** क्षांति म्हणजे सहनशक्ती. संयमाने, धाडसाने साधना करत राहणे. क्षमाशील राहणे. यावरही याआधी विस्ताराने विवेचन केले आहे.

७. **सत्य :** सत्य म्हणजे कपट न करणे. चेष्टा करतानाही खोटे न बोलणे. सदैव सत्याची कास धरणे.

८. **अधिष्ठान :** अधिष्ठान म्हणजे दृढ निश्चय. समाधीचा सराव करण्यासाठी संकल्पशक्ती, वीर्य आणि अधिष्ठान यांची गरज असते.

९. **मैत्री :** मैत्रीचा अर्थ आहे समग्र सजीव सृष्टीविषयी आपलेपणाची भावना. प्रत्येक व्यक्तीविषयी मैत्रिभाव निर्माण करण्याची गरज आहे. दुःखीकष्टी व्यक्तींविषयी दया आणि करुणा व्यक्त करायला हवी.

गौतम बुद्धांनी आपल्या भिक्षूंना सदैव शील आणि सदाचरणाचे जीवन जगण्यासाठी प्रेरित केले. भिक्षूंच्या आजारपणात परस्परांची सेवा करण्यासाठी ते प्रोत्साहित करत असत. ते म्हणत, 'भिक्षूंनो, ज्यांना माझी सेवा करायची असेल, त्यांनी रुग्णांची सेवा करावी. माझी सेवा करून तुम्हांला जे फळ मिळेल, तेच फळ रुग्णसेवा करून तुम्हांला मिळेल. भुकेल्या अवस्थेतील माणूस रुग्णच असतो. अशा अवस्थेत त्याला ज्ञानदानाऐवजी खायला दिलं पाहिजे. त्यानंतरच तो सत्यश्रवण करू शकेल. हीच खरी सेवा ठरेल.

१०. **उपेक्षा :** उपेक्षा म्हणजे अलिप्तपणा. या जगात दैनंदिन व्यवहारातील घटनांकडे समता भावाने पाहण्याची स्वतःला सवय लावणे. बुद्धांचे चित्र तुम्ही पाहिलेच असेल, त्यात भगवान बुद्ध अर्धोन्मिलित (डोळे अर्धे उघडे व अर्धे बंद) मुद्रेत दिसतात. अर्धवट उघडे नेत्र अनासक्त अवस्था दर्शवतात. ज्या वेळी माणूस अनासक्त नजरेने पाहतो, त्या वेळी त्याच्यावर बाह्यदृश्याचा कुठलाही परिणाम होत नाही. या दृश्यांशी आपण संलग्न होत नाही, त्यात स्वतःचे विस्मरण होऊ देत नाही. ही अवस्था नेमकेपणाने दाखवण्यासाठी बुद्धांचे नेत्र अर्धोन्मिलित दाखवले जातात. तुम्ही एक संपूर्ण दिवस अर्धोन्मिलित नेत्रांनी वावरलात, तर तुमच्यावर कुठल्याच गोष्टीचा प्रभाव पडणार नाही.

तुम्ही हा प्रयोग स्वतःवर करून पाहा. अर्धोन्मिलित नेत्रांनी तुम्ही टीव्ही पाहिलात, तर त्यात दाखवली जाणारी दृश्ये तुमच्यावर काहीच प्रभाव पाडणार नाहीत. क्रिकेटच्या सामन्याचे प्रक्षेपण सुरू असले तरीही तुमच्यावर काहीही परिणाम होणार नाही. खेळणारा क्रिकेटपटू बाद झाला तरी तुम्हांला दुःख होणार नाही. तुम्ही ही गोष्ट सहजपणे स्वीकाराल आणि म्हणाल, 'चला ठीक आहे, आउट तर आउट...' जर एखाद्या गोष्टीत तुम्ही गुंतत असाल, तर तुमचे डोळे विस्फारले जातात. त्यानंतर तुम्ही उद्‌गारता, 'अरे! हे चाललंय तरी काय?'

बुद्ध म्हणजे मनुष्याची मूळ अवस्था. या अवस्थेत तुम्हांला हे जग कसे दिसते, मूर्त स्वरूपात ते कसे दाखवायचे, या विचारातून बुद्धांना अशा अर्धोन्मिलित नेत्रांमध्ये दाखवले जाते. याचा अर्थ बुद्ध असेच बसलेले असायचे, असा नाही. बुद्ध म्हणजे एक अशी अवस्था, ज्यात तुम्ही दृश्य पाहत असतानाही त्यांच्याशी आसक्त होत नाहीत. अशा अवस्थेत तुम्ही केवळ द्रष्टा बनून पाहत असता. 'हे पण ठीक, ते पण ठीक' अशी ही अवस्था असते. यात उपेक्षा भाव साहाय्यक ठरतो.

❑❑❑

अध्याय २६

आपला खरा स्वभाव जाणा

कौशलचा राजा प्रसेनजितकडे पायेक्का नावाचा एक हत्ती होता. तो आपली ताकद, शौर्य आणि साहस यांसाठी प्रसिद्ध होता. हा हत्ती विशाल, बुद्धिमान आणि चलाख होता. त्या हत्तीला प्रसेनजित राजाची शान मानले जात असे. प्रसेनजित महाराज त्या हत्तीवर बसून युद्धमोहिमेवर गेले तर युद्ध तेच जिंकत. त्या वेळी कुठलेच सैन्य त्यांना हरवू शकत नव्हते, अशी त्याची ख्याती होती. पायेक्का हत्तीचा चीत्कार ऐकूनच शत्रुसेनेची दाणादाण उडत असे, पळापळ होत असे. शत्रुसैन्याने अनेकदा त्या हत्तीला मारायचा प्रयत्न केला, पण त्यांना नेहमीच अपयश आले होते.

कालांतराने हा हत्ती आणि त्याचा माहूतही वृद्ध झाल्याने सेवानिवृत्त झाला. एकदा हा हत्ती तलावात डुंबायला गेला आणि दलदलीत फसला. त्याने या दलदलीतून बाहेर पडण्यासाठी खूप शक्ती पणाला लावली. पण जेवढी शक्ती त्याने पणाला लावली, तेवढा तो दलदलीत अधिकच फसत गेला. नव्या माहुताने त्या हत्तीला बाहेर काढण्यासाठी हरतऱ्हेचे उपाय योजले. पण काही फायदा झाला नाही. आपली ही दुर्दशा पाहून त्या हत्तीलाही रडू कोसळले. प्रसेनजित महाराजांना ही बातमी समजल्यावर ते तातडीने त्या तलावापाशी पोहोचले. आपल्या सर्वात प्रिय हत्तीची अशी दुर्दशा पाहून त्यांनाही अतीव दु:ख झाले. संध्याकाळ होईपर्यंत ही बातमी सर्व नगरामध्ये पसरली आणि त्या तलावापाशी मोठी गर्दी झाली.

त्या काळात हत्तीचा जुना माहूत सेवानिवृत्त झाल्यानंतर भगवान बुद्धांकडून दीक्षा

घेऊन अनाथपिंडकाच्या जेतवनाराममध्ये राहत होता. त्या वेळी तो बुद्धांचे प्रवचन ऐकत होता. हा हत्ती दलदलीत फसल्याची बातमी बुद्धांपर्यंत पोहोचल्यानंतर त्यांनी त्या माहुताला हत्तीची सुटका करण्यासाठी पाठवले. त्या हत्तीला दलदलीत असे अडकलेले पाहून माहुताला सुरुवातीला हसू आले. प्रथम तो खळखळून हसला. नंतर त्याने युद्धाचा बिगूल वाजवण्यास सांगितले. रणवाद्याचा आवाज ऐकून तो हत्ती एवढ्या जोरात चीत्कारला, की त्याचा आवाज त्या सगळ्या परिसरात निनादला. तेथील लोकांनी खूप वर्षांनी हत्तीचा असा चीत्कार ऐकला. आणि काय आश्चर्य... तो हत्ती चीत्कारतच चपळपणे आपल्या खास शैलीत त्या दलदलीतून असा बाहेर पडला, जणू त्या तलावात दलदल नव्हतीच!

त्या गर्दीत बुद्धांचे काही भिक्षूही होते. त्यांनी भगवान बुद्धांना त्या माहुताच्या हसण्याचे आणि बिगूल वाजवण्यामागचे कारण विचारले. त्या दिवशी बुद्धांनी याच घटनेचा आधार घेत सर्वांना मार्गदर्शन केले. त्यांनी सर्वांना समजावून सांगितले, 'तो माहूत यासाठी हसला, की या महान हत्तीची ख्याती शेकडो मैल दूरवर पसरली आहे. तरीही तो हत्ती अडकला कुठे, तर एका तलावाच्या दलदलीत! शिवाय, आपण महान हत्ती आहोत, आजवर अनेक युद्धं जिंकलेली, याचं त्या हत्तीला विस्मरण तरी कसं झालं? त्या हत्तीला आपला मूळ स्वभाव आठवावा म्हणून बिगूल वाजवायला सांगितलं गेलं. बिगुलाचा आवाज ऐकून आपण दलदलीत फसलो आहोत, याचंच त्या हत्तीला विस्मरण झालं. काही क्षणांसाठी त्याला आपण युद्धमोहिमेवर निघालो आहोत, असं वाटलं. त्यामुळे त्यानं आपली उरलीसुरली सर्व ताकद, सर्व ध्यान युद्धावर केंद्रित केलं आणि तत्क्षणी तो त्या दलदलीतून बाहेर पडला.'

बुद्ध पुढे म्हणाले, 'या हत्तीची अवस्था पाहून आपणही काही गोष्टी शिकल्याच पाहिजेत. सर्वाधिक बलवान तरुणही एके दिवशी वृद्धापकाळामुळे शक्तिहीन होतो. जसं, एके काळी धनाढ्य असलेले लोक कालांतरानं निर्धन होतात. कारण या जगात काहीही नित्य नाही. कायमस्वरूपी टिकणारं नाही. ज्या वासनांची सवय आपण तरुणपणी स्वतःला लावतो, त्याच सवयी वृद्धापकाळी प्रबळ होऊन प्रकटतात. तो हत्ती तारुण्यातही त्या तलावावर डुंबायला जात असेल. त्या वेळी त्याच्यात प्रचंड शक्ती असल्यानं तो दलदलीत फसला नाही. परंतु वृद्धापकाळातही त्या तलावात जाऊन डुंबण्याच्या सवयीतून हत्ती मुक्त झाला नाही. त्यामुळे या भ्रमात कधीही राहू नका, की तारुण्यात व्यसन वगैरे करून म्हातारपणी ते सोडून देता येईल, ही गोष्ट फार कठीण असते.'

बुद्ध म्हणाले, 'माहुतानं बिगूल वाजवून हत्तीला त्याच्या स्वभावाचं स्मरण करून

दिलं– तो एक महाबलवान हत्ती असल्याची. आपल्या अंगातील ताकदीच्या मदतीनं दलदलीतून सहज बाहेर येता येईल, याची आठवण त्याला करून देण्यात आली. या जगात नित्य काही नाही, सर्व अनित्य आहे, या उपदेशाचा मीदेखील बिगूल वाजवत असतो. तुम्ही या भवसागराच्या चिखलातून जन्म-मरण, रोग-वृद्धत्वाच्या दुःखकारक दलदलीतून नक्की बाहेर येऊ शकता. तुम्ही जर आपली सर्व शक्ती, सगळं ध्यान राग, द्वेष, चिंता, भयविकारांना हटवण्यासाठी पणाला लावलं, तर लवकरच जागृत होऊ शकाल. त्यासाठी आपली इच्छाशक्ती मजबूत करा आणि या भवसागररूपी दलदलीतून बाहेर पडा...'

या घटनेतून आपल्याला हेही समजते, की भगवान बुद्धांसारखे खरे मार्गदर्शक आपल्या शिष्यांना स्वर्गाची लालुच किंवा नरकाचे भय दाखवत नव्हते. ते शिष्यांना त्यांच्या खऱ्या स्वभावाचा परिचय करून देत होते. ते नेहमी सर्वांना योग्य मार्गच दाखवत, ज्यायोगे त्या मार्गावरून चालताना लोक निर्वाणाचा परमानंद मिळवू शकतील. शिवाय जीवनातील दुःख आणि कर्मबंधन यांपासून मुक्त होतील.

❑❑❑

अध्याय २७

कर्मबंधन बनू नये

भगवान बुद्ध एके दिवशी आपल्या भिक्षूंसमवेत एका गावात मुक्कामाला होते. त्या गावातला एक माणूस भगवान बुद्धांचा विरोधक होता. त्याला जेव्हा समजले, की त्या गावात बुद्धांचे आगमन झाले आहे, तेव्हा तो बुद्धांकडे गेला. तिथे जाऊन त्याने बुद्धांना अद्वातद्वा बोलायला सुरुवात केली. भगवान बुद्ध शांतपणे बसून होते. त्यांनी कुठलीच प्रतिक्रिया व्यक्त केली नाही. बुद्ध काहीच प्रतिक्रिया देत नाहीत, हे जाणवल्यावर त्याने त्यांना शिवीगाळ करणे सुरू केले. तरीही बुद्ध शांतच बसून होते.

अखेर त्या माणसाने बुद्धांना विचारले, 'तुम्ही मला काही उत्तर का देत नाहीत? काही तरी बोला.' तेव्हा बुद्ध उत्तरले, 'तू तुझं काम केलंस. आता मी माझं करेन. मी काही तुझा गुलाम नाही.' थोड्या वेळाने तो माणूस बुद्धांजवळ जाऊन म्हणाला, 'माझ्याकडून चूक झाली. मला क्षमा करा.' बुद्ध शांतच बसलेले पाहून तो माणूस पुन्हा म्हणाला, 'तुम्ही मला क्षमा का करत नाहीत?' त्यावर बुद्ध उत्तरले, 'अद्याप खूप वेळ आहे. आधी तू काही चुकीचं काम केलंस का, हे नक्की ठरव. कारण चूक केली असेल तरच क्षमा करण्याचा प्रश्न येतो. मी जे काही करेन ते माझ्या आकलनानुसार करेन. मी तुझा गुलाम नाही.' हे ऐकून तो माणूस संभ्रमित अवस्थेत तेथून निघून गेला.

तो गेल्यावर भिक्षूंनी गौतम बुद्धांना विचारले, 'तुम्ही त्या माणसाला काही बोलला का नाहीत?' यावर गौतम बुद्धांनी त्यांना विचारले, 'समजा, एखादी व्यक्ती तुमच्यासाठी खूप भेटवस्तू घेऊन आली आहे. पण, तुम्ही त्या स्वीकारल्याच नाहीत तर काय होईल?'

त्यावर एका भिक्षूने उत्तर दिले, 'त्या आणलेल्या भेटवस्तू त्याला परत घेऊन जाव्या लागतील.' हे ऐकून बुद्ध उत्तरले, 'अगदी बरोबर. तो माणूस मला भेटीदाखल अनेक शिव्या घेऊन आला होता. पण त्या मी स्वीकारल्याच नाहीत. त्यामुळे त्या शिव्या त्यालाच परत घेऊन जाव्या लागल्या. ती शिव्यारूपी भेटवस्तू आता त्या माणसासोबतच आहे.'

बुद्धांकडून कशी कर्मे घडत होती, हे या उदाहरणातून आपल्याला दिसते. कोणते कर्म केल्यानंतर कर्मबंधन बनणार नाही, ही शिकवण आपल्याला बुद्ध, येशू ख्रिस्त अशा महापुरुषांच्या जीवनातून मिळेल. घटना घडल्यानंतर आणि कर्म करण्यादरम्यान जो भाग आहे तो आपापल्या संवेदनशीलतेनुसार छोटा-मोठा वाटू शकतो. काही जण तांदळाच्या छोट्याशा दाण्यावर शब्द लिहितात. तोच तांदळाचा दाणा तुमच्यासमोर ठेवला, तर तुम्हांला त्याच्यावर लिहिण्यासाठी जागाच सापडणार नाही. पण, जी व्यक्ती कुशल असेल, तिच्यासमोर हा तांदळाचा दाणा ठेवला तर ती म्हणेल, 'तांदळावर खूप जागा आहे. त्यावर मी लिहू शकेन.' जे कुशल असतात, त्यांना तांदळाचा छोटासा दाणाही मोठा वाटू शकतो. त्या दाण्यावर खूप जागा असून त्यावर आपण लिहू शकतो, संदेश पाठवू शकतो, याची खातरी त्यांना असते. तुम्ही बुद्ध, येशू ख्रिस्त अशा महापुरुषांचे आयुष्य पाहिले तर तुमच्या लक्षात येईल, की ते कुठल्याही कर्मबंधनात अडकत नाहीत. कारण त्यांचे जीवन अव्यक्तिगत (इम्पर्सनल) असते. जेव्हा जीवन व्यक्तिगत असते, तेव्हा ते अहंकारयुक्त असते. 'मी शरीर आहे' या अज्ञानातून जेव्हा जीवनप्रक्रिया सुरू असते, तेव्हा त्या व्यक्तीकडून ज्या क्रिया होतात, त्याद्वारे बंधन निर्माण होते. मात्र, अव्यक्तिगत जीवनाद्वारे ज्या क्रिया घडतात त्यातून बंधन निर्माण होत नाही.

तुम्ही कोणतीही क्रिया केली नाही, तरीही क्रिया न करण्याचे कर्म आपल्याकडून झालेलेच असते. शिवाय त्याचे फळही तुम्हांला मिळते. माणसाकडून खूप कर्मे होतात. त्यातून बंधनेही निर्माण होतात. त्यामुळे अशी अव्यक्तिगत (दुसऱ्यांना लाभ होईल अशी) कर्मे आपल्याकडून व्हायला हवीत, ज्यामुळे बंधनांची निर्मिती होणार नाही. भगवान बुद्ध, येशू ख्रिस्त आदी महान संतांद्वारे वर्षानुवर्षे अव्यक्तिगत आणि उच्च कर्म होत होती. त्यांचे संपूर्ण जीवन अव्यक्तिगत असल्याने ते कर्मबंधनात अडकले नाहीत. त्यांच्या अशा कार्यातून प्रेरणा घेत आपलेही जीवन अव्यक्तिगत बनावे, हीच अपेक्षा.

❑❑❑

अध्याय २८

भगवान बुद्धांची महत्त्वाची शिकवण

भगवान बुद्धांच्या शिकवणींपैकी तीन विशेष महत्त्वाच्या आहेत. पहिली शिकवण होती 'बुद्धम् शरणम् गच्छामि' म्हणजेच बुद्धांना शरण जा. इथे बुद्धम् शरणम्चा अर्थ बुद्धांच्या शरीराला शरण जा असा नव्हे. खरे तर बुद्ध असे म्हणत आहेत, की जागृत संबुद्धांना शरण जा, जागृत व्यक्तीला शरण जा. कारण तेच सर्वात सुरक्षित शरणस्थळ आहे. अन्यथा, आपण जंगल, पर्वत किंवा कुठल्या तीर्थस्थळी आश्रयाला गेलात तरी तिथे चिंता किंवा इतर वासनांचे भय असतेच. त्यामुळे अशी स्थळे सुरक्षित नसतात.

बुद्धांची दुसरी महत्त्वाची शिकवण म्हणजे 'धम्मम् शरणम् गच्छामि'. म्हणजेच धर्माला शरण जा. इथे धर्म म्हणजे कुठला पंथ, संप्रदाय असा अर्थ अभिप्रेत नाही. खरे तर याद्वारे बुद्ध म्हणतात, 'आध्यात्मिक मार्गदर्शनाला शरण जा. ते आचरणात आणा म्हणजे तुम्हांला मोक्ष मिळेल.'

बुद्धांची तिसरी महत्त्वाची शिकवण म्हणजे 'संघम् शरणम् गच्छामि'. म्हणजे संघास शरण जा. याचा अर्थ, जे लोक मार्गदर्शनाप्रमाणे वागतात, जे गुरूंच्या सान्निध्यात असतात, जागृत व्यक्तीशी ज्यांचे शिष्यत्वाचे नाते आहे, अशांच्या समूहास संघ म्हणतात. एरवी संघाच्या नावाखाली लोक संभ्रमावस्थेत कुठल्या तरी क्लबचे सदस्य होतात. शिवाय, ज्या लोकांना ही शिकवण आचरण्याची इच्छा नसते, ते म्हणतात, या शिकवणुकींनुसार किंवा तत्त्वांनुसार यथावकाश आचरण करू या, एवढी घाई कसली आहे? मनन वगैरेही नंतर करू या. तसंही या वासना नष्ट होत नसतात. त्यांना संपवण्याच्या गोष्टी वृथा आहेत

वगैरे वगैरे, असे ही मंडळी म्हणत असतात. तुम्ही अशा चुकीच्या संघात (समूहात) सामील झालात तर तिथे तुम्हांला असे युक्तिवाद ऐकायला मिळतील.

ज्या लोकांचा बुद्ध आणि त्यांच्या तत्त्वांशी काही संबंध आलेला नाही, त्यांना लोकांनी ध्यानसाधनेत वेळ घालवणे रुचणार नाही. ते नक्की असेच म्हणतील, 'चला गप्पा मारू या. व्यापार-व्यवसायाच्या गोष्टी करू. तुमचा व्यापार कसा वाढला, हे आधी आम्हांला सांगा. मग त्या पद्धतीनं आम्हीही आमचा व्यापार वाढवू.' आपण जास्त पैसे कमवू शकलो नाही, असा विचार अनेकांच्या डोक्यात सतत सुरू असतो. त्यामुळे अशा व्यक्ती तुम्हांला कामधंद्याबाबतच सल्ला मागत असतात. अशा लोकांच्या समूहाला संघ मानण्याची चूक कदापि करू नका. इथे कामधंदा, व्यवसाय, व्यापाराशी संबंधित भेटीगाठी घेऊ नयेत, असा याचा अर्थ अजिबात नाही.

आपण ज्याला संघ मानता, तेथील सदस्यांना आध्यात्मिक शिक्षणामध्ये रुची असावी, तरच त्याला संघ म्हणता येईल. अशा संघामध्ये सक्रिय झाल्यास तुमचा लाभच होईल.

बुद्ध तत्त्वज्ञानामध्ये 'ज' म्हणजे जागृतीचे महत्त्व आपल्याला समजलेच असेल. बुद्धांची ही सर्वश्रेष्ठ अवस्था पाहून त्या काळात त्यांना अनेक नावे दिली गेली. उदाहरणार्थ, बुद्धदेव, भगवान बुद्ध आदी. मात्र, त्यांनी नेहमीच अशी विशेषणे नाकारली. त्यांना जेव्हा कोणी विचारत, 'तुम्ही ज्ञानप्राप्तीनंतर देव किंवा भगवान झालात का?' तेव्हा त्यांनी नेहमी असेच उत्तर दिले, 'असं काहीही नाही. खरं तर मी जागृत झालो आहे. शिवाय, सर्वांनाच अशी जागृती मिळण्याची शक्यता असते.'

❑❑❑

अध्याय २९

संघाचा प्रभाव

एके दिवशी बुद्ध एका राज्यातून दुसऱ्या राज्यात चालले होते. अचानक ते एके ठिकाणी थांबले. खाली पडलेला मळकट दोरीचा तुकडा उचलून त्यांनी आपल्या एका भिक्षूच्या हातात दिला आणि विचारले, 'आता मला सांग याला कोणता वास आहे?' त्याचा वास घेत त्या भिक्षूने सांगितले, 'तिला तर दुर्गंध येत आहे.' त्यानंतर बुद्धांनी सोबत असलेल्या सर्वच भिक्षूंना विचारले, 'या दोरीचा वास घेऊन मला सांगा, की तिचा वापर कुठे झाला असेल?' त्या दोरीला खूपच दुर्गंध येत असल्याने वास घेतल्यानंतर भिक्षू चेहरा वेडावाकडा करून पटकन तो दुसऱ्याकडे सोपवून स्वत:चा हात झटकत असे. दोरखंडाचा वास घेतल्यानंतर बऱ्याच भिक्षूंनी सांगितले, 'कदाचित माशांना पकडण्याच्या कामासाठी कोळ्यांनी ही दोरी वापरली असावी.' त्यावर बुद्ध म्हणाले, 'अगदी बरोबर.' मग त्यांनी विचारले, 'ही दोरी ज्या वेळी तयार केली गेली, त्या वेळी तिचा असाच गंध येत असेल का?' सर्व भिक्षूंनी एकमुखाने सांगितले, 'नाही.' त्यावर गौतम बुद्ध म्हणाले, 'अगदी बरोबर. दोरीला कुठलाही गंध नसतो. पण ही दोरी मृत माशांमध्ये ठेवली गेल्यानं तो दुर्गंध या दोरीला लागला आहे. आता तोच दुर्गंध या दोरीचं अभिन्न अंग बनला आहे. आता ही दोरी ज्या मनुष्याच्या हातात जाईल त्या हातालाही तो दुर्गंध लागेल. अशा प्रकारे दुर्गंध पसरवण्याचं काम ही दोरी करेल. म्हणून ती दोरी लोक फेकून देतील. तिच्याकडे कायम तिटकाऱ्यानं पाहिलं जाईल. कुणालाच ही दोरी आवडणार नाही.'

पुढे जाऊन बुद्धांनी समजावले, 'माणसाच्या बाबतीतही असंच घडतं. चांगल्या

किंवा वाईट सवयी घेऊन कुणीही जन्मत नाही. पण ती व्यक्ती जर वाईट लोकांच्या संगतीत राहिली तर तिलाही वाईट सवयी लागतात. तुम्ही कितीही प्रयत्न केलात तरी संगदोष हे लागतातच. हे समजत असूनही आपण त्या सवयी बदलल्या नाहीत, तर त्या खोलवर रुजून आपल्या व्यक्तिमत्त्वाचा अभिन्न भाग बनतात. त्यानंतर या सवयी सोडणं महाकठीण काम बनतं. तुमच्यातील वाईट सवयी पाहून लोक तुम्हांला वाईट व्यक्ती म्हणून ओळखायला लागतात. तुमची संगत टाळायला लागतात. कुणालाही तुम्ही आवडत नाहीत. त्यामुळे अगदी सुरुवातीपासून कुणाच्या संगतीत आपण राहायचं, याबाबत सतर्क राहायला हवं. ज्या लोकांप्रमाणे आपल्याला व्हायचं नाही, त्यांच्या संगतीत आपण राहू नये.' बुद्धांनी दाखवलेल्या या उदाहरणातून वाईट संगतीपासून का दूर राहावे, हे भिक्षूंना उमगले.

अशाच पद्धतीने बुद्धांनी एकदा रस्त्यावर पडलेल्या एका फाटक्या कापडाचा तुकडा उचलला आणि सोबत असलेल्या भिक्षूंपैकी एकाला त्याचा वास घेण्यास सांगितले. त्याने वास घेतला व आश्चर्यचकित होऊन म्हणाला, 'ते वस्त्र सुगंधी आहे.' बाकीच्या भिक्षूंनीही त्याचा वास घेतला. त्यांचा चेहराही त्या वस्त्राच्या सुवासाने प्रफुल्लित झाला. एका भिक्षूने विचारले, 'वस्त्र तर गंधहीन असतं. मग या वस्त्राला सुगंध कसा?' त्यावर बुद्ध उत्तरले, 'यात उदबत्त्या लपेटून ठेवलेल्या होत्या. त्यामुळे या वस्त्रालाही सुगंध प्राप्त झाला आहे. शिवाय, सर्वांनाच त्याचा वास आवडू लागला आहे. त्याचप्रमाणे माणूस सुसंगतीनं घडतो. सज्जनांच्या सहवासात राहून त्यांच्या व्यक्तिमत्त्वातील चांगले गुण, चांगुलपण पाहून तो ते टिपतो. मग हे सद्गुणच त्याच्या व्यक्तिमत्त्वाचा भाग बनतात. अशा सज्जनांच्या, सद्गुणी व्यक्तींच्या सोबत राहणं सर्वांनाच आवडतं.'

यावर आणखी विवेचन करताना बुद्ध म्हणाले, 'चांगल्या किंवा वाईट लोकांच्या संगतीचा प्रभाव हळूहळू पण नियमितपणे होतो. ज्याप्रमाणे पर्वत चढणाऱ्या दोन लोकांना दोन समूह स्वतंत्रपणे भेटतात. त्यापैकी एक समूह पर्वतशिखराकडे जात असतो, तर दुसरा समूह पर्वताच्या पायथ्याकडे निघालेला असतो. अशा वेळी पर्वत चढणाऱ्यांच्या बाबतीत काय होईल? ते आपापल्या समूहासोबत एक-एक पाऊल पुढे टाकतील. त्यापैकी एक जण पर्वतशिखराच्या दिशेनं पाऊल टाकेल आणि दुसरा पर्वतपायथ्याकडे यायला निघेल. अखेर एक जण पर्वतशिखरावर पोहोचेल, तर दुसरा पर्वताच्या पायथ्याशी पोहोचेल. त्यामुळेच योग्य अथवा अयोग्य संघासोबत राहण्याचे फायदे किंवा तोटे जरी आपल्याला लगेच दिसत नसले, तरी अंतिम परिणामासाठी योग्य संघाची निवडच आपल्यासाठी श्रेयस्कर ठरते.'

❑❑❑

अध्याय ३०

मंगल मैत्री

भगवान बुद्धांच्या काळात एखाद्या घराजवळ भिक्षू गेला तर दरवाजा उघडेपर्यंत तो भिक्षू मंगल मैत्री करत असे. म्हणजे त्या घरातील कुटुंबाच्या सदस्यांसाठी तो प्रार्थना करत असे. 'या घरातील सर्व व्यक्तींचं मंगल होवो, भलं होवो, सर्वांवर परमेश्वराच्या कृपेचा वर्षाव होवो' अशी प्रार्थना तो करत असे. बुद्धांच्या कार्याची महती ज्यांना ठाऊक होती, त्यांना आपल्या दारात त्यांचा भिक्षू आल्याचा मनस्वी आनंद होत असे. परंतु काही लोक बुद्ध व त्यांच्या कार्याविषयी अनभिज्ञ होते. त्यांना हे भिक्षू पाहून संताप येत असे. त्यांना वाटत असे, की संसारसुखांना त्यागून सत्यशोधासाठी निघालेले हे भिक्षू खरे तर वेडेच आहेत. हे लोक भिक्षूंना पाहून शिवीगाळ करायला सुरुवात करत. ते पाहून भिक्षू भिक्षेविना परतत असे. याचाच अर्थ, जो आपल्यासाठी मंगल मैत्रीची प्रार्थना करत आहे, त्यालाच ते दारातून हाकलून लावत. तसं पाहिलं तर आपल्या जीवनात आपल्याविषयी मंगल कामना करणाऱ्या, प्रार्थना करणाऱ्या, करुणा भाकणाऱ्या व्यक्ती जास्तीत जास्त असल्या पाहिजेत.

दोस्त शब्दात 'दो'चा अर्थ आहे दोन लोकांचा संघ आणि 'स्त'चा अर्थ आहे, सत्य. दोन व्यक्ती जेव्हा एकत्रितपणे सत्याच्या मार्गावर चालतात, तेव्हा त्यांना दोस्त म्हटले जाते. खरा दोस्त आपल्या मित्राला चुकीचे काम करण्यापासून रोखतो. त्याला त्याचे अवगुण सांगतो. सत्यमार्गावर चालण्यासाठी मदत करतो, निमित्त बनतो. आपल्या मित्रांपैकी एक व्यक्ती जरी योग्य नव्या विचारांची, विशालहृदयी

असेल, तर तिच्या विचारांचा लाभ आपल्यालाही होतो. असा माणूस जेव्हा संघाच्या नवनिर्माणाविषयी बोलू लागतो, तेव्हा अन्य लोकांत यासंदर्भात लगेच विचारमंथन सुरू होते.

'संघम् शरणम् गच्छामि' हे शब्द गौतम बुद्धांच्या माध्यमातून अनेक शतके आधी आले होते. कारण संघात कुणाच्या ना कुणाच्या तरी चेतनेचा स्तर उच्च असतोच. ज्याच्या चेतनेचा स्तर उच्च असतो, तो इतरांना विचारप्रवण होण्यास उद्युक्त करतो आणि सगळ्यांच्याच उन्नयनाचे निमित्त बनतो. संघाचा एक जरी सदस्य कुठल्याही परिस्थितीत संघाचे आदर्श, नियमांवर अविचल राहणारा असेल, तर संघाची वाटचाल आणि प्रगती केवळ त्याच्या सामर्थ्यावर होऊ शकते.

मैत्री हे नाते असे आहे, ज्यात लोकांचा परस्परांशी खुल्या दिलाने संवाद होऊ शकतो. मित्रांचा संघ बनणे जास्त सोपे जाते. कारण मित्र परस्परांशी मनमोकळा संवाद साधू शकतात. दोस्ती नेहमी अशा व्यक्तींशीच करा जे सद्‌गुणांनी आपल्यापेक्षा दोन पावलं पुढे असतील, किमान आपल्या बरोबरीचे तरी असतील. आर्थिक बरोबरीचे नसले तरी चालतील, पण मित्र गुणांच्या बाबतीत समान पातळीवर असावेत. चुकीच्या मित्रांच्या समूहात राहिलात तर त्यांचे अवगुण तुमच्यात उतरतील. कुसंगतीमुळे माणसाचे स्वनियंत्रण होत नाही. दिवसेंदिवस त्याचे चारित्र्य घसरत जाईल अशी कामे त्याच्याकडून कळत-नकळत होऊ लागतात. त्यामुळे अशा मित्रांशी मैत्री करा, जे तुमच्याबाबतीत आरशाचे काम करतील. तुमच्या बाबत प्रत्येक घटना, संधी कशी आहे, याविषयी तुम्हांला मार्गदर्शन करतील. तुम्ही नक्की कोण आहात, याचे दर्शन तुम्हांला घडवतील. अशा तेजमित्रांसमोर स्वदर्शन घडते. ज्याच्या सान्निध्यात तुम्हांला स्वयंदर्शन घडेल, संधी कशात आहे हे समजेल, तो असतो तुमचा खरा तेजमित्र. तेजमित्र म्हणजे मित्र आणि शत्रू यांपलीकडे असणारा, निरपेक्ष भावनेने मदत करणारा मित्र.

तेजमित्राला भेटल्यानंतर जीवनातील अज्ञान, भ्रम, मायाजाल, इंद्रजाल दूर होते. तुम्हांला स्वत:चे स्पष्ट दर्शन घडते. बाहेरचा आरसा तुम्हांला तुमच्या शरीराचे दर्शन घडवतो. परंतु तेजमित्र तुम्हांला तुम्ही नेमके कोण आहात, या वास्तवाचे दर्शन घडवतो. यामुळे तेजमित्राच्या मैत्रीला मंगल मैत्री म्हटले जाऊ शकते. असे तेजमित्र प्रत्येकाच्या जीवनात असावेत.

❑❑❑

अध्याय ३१

अंतिम समयीचे मार्गदर्शन

भगवान बुद्धांनी आपले शरीर सोडण्यापूर्वी आपल्या सर्व शिष्यांना स्वतःचा मार्ग स्वतःच प्रशस्त करण्यासाठी प्रेरणा दिली. आपण सांगत असलेल्या सिद्धान्तांनाच आता गुरू माना, असे त्यांनी आपल्या शिष्यांना सांगितले. सिद्धान्त या शब्दाचा अर्थच मुळी कुठल्याही सिद्ध पुरुषाचा अंतिम उपदेश असा होतो. बुद्धांचे हे सिद्धान्त त्यांनी केलेल्या मननाचा सारांश आहेत / निष्कर्ष आहेत. बुद्धी जिथे उच्चतम विकासाद्वारे रूपांतरित होते तिथे असे सिद्धान्त अवतरतात.

प्रत्येक व्यक्तीने आपल्या बुद्धीचा सर्वोच्च विकास करण्याची गरज आहे. जी व्यक्ती बुद्धीचा वापर फक्त अर्थार्जनासाठी, लोकांना फसवण्यासाठी करते ती आपल्या बुद्धीचा निम्नस्तरीय वापर करते. बुद्धीचा सर्वोच्च विकास झाल्यानंतरच दुःखमुक्ती आणि आनंदाचा मार्ग खुला होतो.

बुद्धीच्या सर्वोच्च विकासासाठी –

१. जीवनात गुरूंचे आगमन होणे आवश्यक आहे.

२. एकाग्रता, मौन आणि समाधी यांचा नियमित अभ्यास, सराव हवा.

३. सदैव सजग राहण्याची गरज आहे.

४. वाणी, विचार आणि कर्म यांचा सम्यक उपयोग गरजेचा आहे.

५. चार आर्य सत्यांवर भरपूर मनन केले पाहिजे.

६. सतत पंचशील तत्त्वांचे पालन केले पाहिजे.

७. दहा सद्‌गुणांना आपल्या जीवनात अंगीकारून त्यांचे संवर्धन केले पाहिजे.

८. मनुष्याने प्रज्ञावान व्यक्तींच्या संघात राहायला हवे. सत्संगतीत सत्याविषयीची चर्चा ऐकून, अनुभवून बुद्धी खुलते, विकसित होते. एखाद्याची गगनभरारी पाहून आपल्यालाही उडण्याची प्रेरणा मिळते.

९. इंद्रियांवर संयम राखला पाहिजे.

१०. धार्मिक पुस्तकांचे पठण करायला हवे.

११. लोकांच्या समस्या सोडवण्यासाठी त्यांना मदत करावी. सेवेद्वारे आपल्यातील अंगभूत गुणांना अभिव्यक्त करायला हवे.

१२. निरर्थक गोष्टींमध्ये वेळ वाया न घालवता आपले जीवन ज्या पद्धतीने चालले आहे, त्यात बदल करायला हवा का, यावर मोकळ्या वेळेत पुनर्विचार करायला हवा. जीवनशैली बदलण्याची गरज भासत असेल तर ती त्वरित बदलावी.

१३. नवे प्रयोग आणि काम करण्याच्या नव्या पद्धतींचा अवलंब करा.

१४. आपल्या विचारांना सकारात्मक बनवा. नकारात्मक विचारांकडे अनासक्त होऊन पाहण्याची कला शिका.

१५. मोठ्या जबाबदाऱ्या अंगावर घ्याव्यात. विश्वाविषयी चिंतन करा. सिद्धार्थ गौतमांनी या विश्वाचे चिंतन केले, त्यामुळेच त्यांनी आपल्या बुद्धीचा सर्वोच्च विकास करून बुद्धत्व प्राप्त केले.

बुद्धीच्या सर्वोच्च विकासाद्वारे 'पृथ्वीलक्ष्य' गाठण्यासाठी मनुष्याचा जन्म मिळतो.

भगवान बुद्धांच्या महानिर्वाणानंतर त्यांचा सुभद्र नावाचा शिष्य खूप आनंदी झाला. तो प्रत्येकाला सांगू लागला, 'आता आपण स्वतंत्र झालो आहोत. कारण बुद्ध नेहमी हे करा, ते करू नका, असे सांगत राहायचे. आता आपण आपल्या मर्जीनुसार काहीही करू शकतो. आता आपल्याला हटकणारं कुणीच नाही.' सुभद्रची ही अवस्था पाहून बुद्धांचा प्रमुख शिष्य महाकाश्यपने विचार केला– लोक जर अशा तऱ्हेने विचार करू लागले, तर ते लवकरच बुद्धांची शिकवण विसरून त्याचा लाभ घेणे बंद करतील. बुद्धांचे उपदेश विस्मरणात जाऊन ते खंडित केले जातील. त्यामुळे महाकाश्यपने त्या राज्याच्या राजाची भेट घेतली आणि त्याच्या मदतीने एका सभेचे आयोजन केले. त्यात बुद्धांच्या सिद्धान्तानुसार जीवन आचरणाऱ्या सर्व समर्पित शिष्यांना आमंत्रित केले. या सर्वांनी बुद्धांच्या उपदेशांच्या सारांशाचे उच्चारण केले. सर्व सिद्धान्त व उपदेशांचे पाठांतर केले. बुद्धांचे सिद्धान्त अमर राहावेत, यासाठी हे प्रयत्न केले.

आगामी काळात बुद्धांच्या संदेशांना अमर राखण्यात राजा अशोकाने फार मोठे योगदान दिले. बुद्धांचे सिद्धान्त बुद्धीला समजू शकणारे, तर्कसंगत आहेत. ज्या गोष्टी बुद्धीच्या किंवा तर्काच्या चौकटीत बसत नाहीत, त्यावर बुद्धांनी कधीही वादविवाद घातला नाही. त्यांनी सदैव मध्यम मार्ग अवलंबण्याचा संदेश दिला. जास्त भोजनाच्या सवयीने शरीर निकामी होते आणि अल्प भोजनामुळे मेंदू कमजोर होतो. म्हणून सम्यक बुद्धीसाठी मध्यम मार्ग हितकारक आहे. बुद्धीच्या सर्वोच्च विकासासाठी भगवान बुद्धांचे जीवन 'आदर्श जीवन' आहे.

❑❑❑

अध्याय ३२

भगवान बुद्धांच्या शिकवणीचा प्रसार

सम्राट अशोकासारख्या राजाच्या कथनामध्ये सामर्थ्य असते. शिवाय, त्यांना हेही ठाऊक असते, की भविष्यातही लोक आपल्या शब्दावर विश्वास ठेवतील. आपण काही लिहून ठेवल्यास ते वाचून लोक आपल्या जीवनात त्यानुसार आचरण करण्याचा प्रयत्न करतील. मग त्यांचे जीवनही सत्याच्या अभिव्यक्तीसाठी निमित्त बनेल. याचीही सम्राट अशोकांना जाणीव होती.

राजा अशोकाने खोदून घेतलेले शिलालेख, स्तंभ हे त्यांनी केलेली सर्वोत्तम सेवा होती. अनेक राजे फक्त आपल्या अहंकाराच्या कथा लिहून गेले. मात्र, आपल्या मृत्यूनंतरही धर्माचा मार्ग अवलंबला तरच जीवनाचे कल्याण होते, हे लोकांना कळावे, अशी अशोक राजाची इच्छा होती. त्यामुळे त्यांनी स्तंभ आणि शिलालेख यांवर असा मजकूर लिहिला, जो वाचून भविष्यातही लोकांचे आध्यात्मिक श्रवण सुरू राहील.

प्रजेने धर्मानुसार आचरण करावे, त्या दृष्टीने असे कार्य अशोकांच्या पूर्वीही अनेक राजांनी केले; पण ते यशस्वी झाले नाहीत. राजा अशोकांना मात्र तत्कालीन परिस्थितीची चांगली जाणीव असल्याने आपला उद्देश सफल होईल, असे काहीतरी करण्याची त्यांची इच्छा होती. आपल्या या उद्दिष्टपूर्तीसाठी त्यांनी आपला संपूर्ण खजिना वापरून सर्व निश्चित कार्ये पूर्ण केली.

शतकानुशतके टिकणारी शिकवण

राजा अशोकाने बौद्ध धर्म स्वीकारला आणि एकेका स्तंभावर, शिलालेखामध्ये त्या धर्माची शिकवण-उपदेश कोरले. खरे तर आपल्या अहंकारामुळे राजा अशोक यांनी हे कार्य केले नाही. पूर्वायुष्यात ते स्वतः हिंसक होते. त्यांच्यात एवढी शक्ती होती, की ते साध्या काठीनेही वाघाला मारून टाकत असत. कालांतराने त्यांनी हिंसा, शिकार करणे बंद केले. ते स्वतः शाकाहारी बनले व आपल्या प्रजेला त्यांनी शाकाहारी बनण्याची आणि पंचशील तत्त्वांचे पालन करण्याची प्रेरणा दिली. त्यामुळे लोक पापाचरण आणि हिंसेपासून परावृत्त व्हावेत, हा सम्राट अशोक यांचा त्यामागील हेतू होता. लोकांचं हृदय नम्रतेने आणि पवित्रतेने ओथंबून जावं, अशी त्यांची इच्छा होती. त्या काळात झालेल्या अपराधानुसार डोळे काढणे, हात तोडणे अशा हिंसक शिक्षा होत्या. त्यांनी हा अनावश्यक अत्याचार थांबवण्यासाठी अशा सर्व शिक्षा बंद केल्या. जरी कुणी गुन्हेगार असला तरी त्याच्याशी असे क्रूरपणे वागणे योग्य नाही, असे त्यांना वाटत असे.

हिंसा काय आहे, हे राजा अशोक चांगलेच जाणत होते. ते भेटणाऱ्या प्रत्येक भिक्षूला विचारत, 'भगवान बुद्ध काय सांगत असत? त्यांची अपेक्षा काय होती? त्यांची शिकवण काय होती?' त्यांच्या काळात बुद्धांचे निर्वाण होऊन सुमारे दोनशे-अडीचशे वर्षे लोटली होती. बराच काळ व्यतीत झाला होता. त्यामुळे सत्य जाणण्यासाठी अशोक वेगवेगळ्या लोकांकडे बुद्धांच्या शिकवणीविषयी चौकशी करायचे. त्यानंतर त्यांना असे समजले, की या विषयावर कुणाचेही एकमत नाही. कुणी काही, तर कुणी भलतेच काही सांगत आहे. त्यामुळे त्यांनी एक परिषद भरवली. तिचे नाव 'भिक्षुक परिषद' ठेवले. या परिषदेत सर्व भिक्षूंकडे भगवान बुद्धांच्या मूळ शिकवणींबाबत चौकशी केली जात असे. सध्या जशी ध्वनिमुद्रणाची (रेकॉर्डिंग) सोय उपलब्ध आहे, तशी त्या वेळी नव्हती. त्यामुळे त्याचा गैरफायदा घेत लोक बुद्धांच्या मूळ ज्ञानात स्वार्थी हेतूने, आपल्या सोयीनुसार फेरबदल (मॅन्युप्युलेशन) करत असत. कुठलीही गोष्ट सरळपणे न सांगता स्वतःचे शब्द मिसळून सांगत असत.

भिक्षुकांच्या स्मृतीत राहावी बुद्धांची शिकवण

त्या काळात या भिक्षुक परिषदेत अनेक तमोगुणी भिक्षुक सामील झाले होते. वास्तवात त्यांना सत्याशी काही देणे-घेणे नव्हते. जेव्हा एखादे मोठे काम उभे राहते, तेव्हा अनेक अनावश्यक, नको असलेले लोक या कार्यात घुसखोरी करतात. त्या काळात धर्मशाळा सुरू केल्या होत्या. परिषदेतील लोकांचे खाणे-पिणे-निवासव्यवस्थेचा संपूर्ण खर्च

राजकोषातून होत असे. या धर्मशाळांमध्ये काही कामचुकार लोकही राहत होते. ते काही करत नसत, मात्र आम्ही भिक्षुक आहोत आणि या धर्मशाळांमध्येच आरामात राहणार. आम्हांला इथे खायला-प्यायला मिळेल, असे त्यांना वाटत असे. मात्र, राजा अशोकाला याची जाणीव झाली होती, की हे स्वत:ला बुद्धांचे भिक्षू म्हणवतात, पण यांना भगवान बुद्धांची शिकवणच ठाऊक नाही. त्यामुळे त्यांनी अशा कामचुकार, तोतया भिक्षूंना परिषदेच्या आणि धर्मशाळेच्या बाहेर काढण्याचे आदेश दिले. बुद्धांची खरी शिकवण लोकांसमोर आणून तिचा प्रचार आणि प्रसार करण्याचे कार्य राजा अशोकांना प्रामाणिकपणे करायचे होते आणि ते त्यांनी यशस्वीपणे पार पाडले.

आंतरराष्ट्रीय स्तरावर बौद्ध धर्म

बौद्ध धर्माला सर्वदूर पोहोचवण्याच्या आपल्या कार्यात आपला तरुण व हाताशी आलेला पुत्र महेंद्र आणि कन्या संघमित्रानेही सहभागी व्हावे, यासाठी त्यांनी त्यांची संमती घेतली. राजा अशोक यांनी आपल्या या मुलांना भारतासह श्रीलंका, अफगाणिस्तान आदी देशांत बौद्ध धर्माचा प्रचार आणि प्रसार करण्यासाठी पाठवले. त्यामुळे बौद्ध धर्म आंतरराष्ट्रीय धर्म बनला. आता फक्त सत्याचेच कार्य झाले पाहिजे अशी राजा अशोक यांची मनोमन इच्छा होती. शिवाय, त्यांच्या दोन्ही मुलांनाही जीवनाचे ध्येय मिळाले होते. अशोक यांचा अहंकार संपुष्टात आला होता, मन पवित्र झाले होते. त्यामुळेच ते सत्य प्रसाराचे काम सहजतेने करू शकले. जेव्हा भिक्षूंचे आगमन होत असे, तेव्हा राजा अशोक सर्वांसमक्ष त्यांच्या पायावर आपला माथा टेकवत. हे पाहून त्यांच्या दरबारातील मंत्री-सरदार विचार करत, 'अरे, हे काय चाललंय?' काही जण तर राजा अशोक यांना सल्ला देत, तुम्ही असे झुकल्याने तुमच्या मानमरातबीला कमीपणा येतो. मात्र, राजा अशोक हे सर्व शांतपणे ऐकून घेत.

एके दिवशी राजा अशोक यांनी आपल्या सेवकांना दरबारात तीन वेगवेगळ्या जनावरांची शिरं आणायला सांगितली. त्याप्रमाणे ते दरबारात शिर घेऊन आले. त्यानंतर त्यांनी माणसाचे शिर आणण्यास सांगितले. पण त्यांच्या राज्यात मनुष्यहत्येस मनाई असल्याने एका मृत व्यक्तीचे शिर शोधून आणण्यात आले. त्यानंतर ही सर्व शिरं बाजारात जाऊन विकण्याचा आदेश राजा अशोक यांनी दिला. त्यांचे सेवक बाजारात जाऊन जनावरांची शिरं विकू शकले, पण माणसाचे शिर मात्र ते विकू शकले नाहीत. कारण जनावरांच्या शिरात भुसा वगैरे भरून ती शिरं किमान आपल्या महालात दर्शनी भागात तरी लावून ठेवता येतात. पण माणसाचे शिर अशा पद्धतीने लावण्याचा विचारही

करणे अशक्य असते. त्यांनी राजाला सांगितले, 'जनावरांची शिरं लोकांनी कमी किंमत करून का होईना, खरेदी केली. पण माणसाचं शिर खरेदी करायला कुणीही धजावत नव्हतं.' तेव्हा राजाने सेवकांना सांगितले, 'माणसाचं शिर कुणालाही मोफत देऊन या.' मग त्या सेवकांनी दिवसभर ते शिर तशा पद्धतीने देण्याचा प्रयत्न केला. संध्याकाळी ते थकून परतले. पण कुणालाही ते माणसाचे शिर विकू शकले नाहीत आणि मोफतही देऊ शकले नाहीत. हे पाहून राजा अशोक म्हणाले, 'पाहिलंत, माणसाच्या शिराची किंमत ती काय! कुणी फुकटही ते घेत नाही. मग ज्या शिराचीच किंमत शून्य आहे, ते कुणापुढे झुकलं तरी त्यात लाज वाटावी असं काय आहे? प्रत्येक जनावराच्या शिराची किंमत आहे. केवळ माणसाच्या शिराची किंमत शून्य आहे. ते मूल्यहीन आहे. मग जे मूल्यहीन आहे, ते कुणासमोर झुकवण्यात संकोच कसला?' राजा अशोक यांच्या स्पष्टीकरणाने त्या दरबारातील सर्वांचेच डोळे उघडले.

या घटनेने सर्वांना हे समजले, की माणसाच्या शिराविषयी एवढा अहंकार बाळगून अंततः काय लाभ मिळतो? माणूस मृत्यू पावल्यानंतर काय होते? त्याचे हे शिर स्मशानात दफन होऊन पडून राहते. त्याची काहीही किंमत नाही, त्याला कुणी खरेदीही करत नाही. असे हे शिर कुणासमोर झुकले तरी त्यात लज्जास्पद असे काय?

राजा अशोक यांचे मंत्री दरबारात येणाऱ्या भिक्षूंच्या जातिपातीविषयी विचार करत. अमुक भिक्षू संन्यास घेण्याआधी कोण होता– ब्राह्मण, क्षत्रिय, वैश्य, की शूद्र? त्या काळात भिक्षूंमध्ये सर्व जातींच्या लोकांचा समावेश असे. तथाकथित खालच्या जातींच्या भिक्षूंचा आदर-सन्मान राजांनी केल्यास मंत्री नाराज होत असत. त्यामुळे या सर्वांचे डोळे कायमचे उघडण्यासाठी राजा अशोक यांनी शिर विकण्याचे नाटक केले. त्यामुळे राजा भिक्षूंच्या समोर त्यांच्या सन्मानार्थ झुकला तरी त्यात वावगे असे काहीही नाही, हे मंत्र्यांसह प्रजेलाही हे उमगले.

आज आपल्या भारताच्या ध्वजावर, नाण्यांवर, चलनांवर राजा अशोक यांचा स्तंभ आणि अशोकचक्र आपण पाहतो. हे सर्व कसे शक्य झाले, याचा आपण कधी विचार केला का? कारण राजा अशोक यांनी हे कार्य अव्यक्तिगत (इम्पर्सनल) पद्धतीने उभे केले होते. अशा प्रकारच्या निरपेक्ष व निःस्वार्थ कामातूनच आपणा सर्वांचे भले होते, हित साधते.

❑❑❑

अध्याय ३३

भगवान बुद्धांचे अन्य उपदेश

स्वच्छ मन - अस्वच्छ मन

१. माणूस अशुद्ध-अस्वच्छ मनाने संवाद साधतो किंवा वागतो तेव्हा दुःख सतत त्याचा पिच्छा करते. दुःखापासून तो मुक्त होऊच शकत नाही. बैलगाडीची चाके ज्याप्रमाणे बैलांच्या मागेमागे येतात, त्याप्रमाणे दुःख त्याचा पिच्छा पुरवते.

२. माणूस जेव्हा स्वच्छ मनाने संवाद साधतो किंवा आचरण करतो, तेव्हा एखाद्या सावलीप्रमाणे सुख सदैव त्याच्या सोबत राहते. त्याची साथ सोडत नाही.

वैरशांती

३. मला शिवी दिली, मला मारले, मला हरवले, मला लुटले, अशा तऱ्हेने सतत विचार करणाऱ्याच्या मनातला वैरभाव कधीच संपत नाही; त्याला शांती लाभत नाही.

४. मला शिवी दिली, मला मारले, मला हरवले, मला लुटले, असा विचार जे करत नाहीत, त्यांच्या मनातील वैरभाव नष्ट होतो. ते शांत होतात.

५. वैरभाव हा वैराने शांत होत नाही; निर्वैर भावनेने वैर शांत होते, हाच विश्वाचा सनातन नियम आहे.

काम-भोग

६. जो काम आणि भोगात रमला आहे, इंद्रियांवर ज्याचा ताबा नाही, ज्याला भोजन किती प्रमाणात घ्यावे याचेही भान नाही, जो आळशी आहे, निरुद्योगी आहे, त्याला सैतान एखाद्या दुबळ्या वृक्षाप्रमाणे समूळ उपटून टाकतो.

७. जो काम आणि भोगात रमत नाही, इंद्रियांवर ज्याचा ताबा आहे, ज्याला भोजन किती प्रमाणात घ्यावे याचे भान आहे. जो सतत कार्यरत असतो, श्रद्धावान असतो त्याचे स्थान एखाद्या पर्वताप्रमाणे अढळ असते. जसा वाऱ्याचा पर्वतावर परिणाम होत नाही, तसा सैतान अशा व्यक्तीसमोर निष्प्रभ ठरतो.

संयम

८. घराचे छत जर गळके असेल तर पावसात घर गळायला लागते, त्याप्रमाणे अंगी संयम बाणवला नसेल तर मनात विविध राग-लोभ प्रवेश करतात.

९. घराचे छत जर गळके नसेल तर पावसात घर गळत नाही, त्याप्रमाणे अंगी संयम बाणवला असेल तर मनात विविध राग-लोभ प्रवेश करूच शकत नाहीत.

पाप कर्म – शुभ कर्म

१०. पापी व्यक्ती इहलोक आणि परलोक अशा दोन्ही ठिकाणी दुःखीच राहते. आपण केलेल्या कुकर्मांची जाणीव होऊन ती दुःखीकष्टी होते.

११. शुभ कर्म करणारी व्यक्ती इहलोक आणि परलोकातही प्रसन्न राहते. आपली शुभ कर्मे पाहून ती प्रसन्न होते, समाधानी असते.

१२. पापी व्यक्ती इहलोक आणि परलोकातही पश्चात्तापदग्ध होते. मी पाप केले आहे, या भावनेने ती सतत अपराधबोधात राहते. दुर्गती मिळाल्यावर तर अधिकच पश्चात्तापदग्ध होते.

१३. शुभ कर्म करणारी व्यक्ती इहलोक आणि परलोकातही आनंदी-सुखी असते. माझ्या हातून शुभ कर्म झाली आहेत या भावनेने ती आनंदित होते. तिला सद्गती प्राप्त झाल्याने ती अधिकच आनंदी होते.

धर्मग्रंथांचे पठण

१४. एखादा गवळी दुसऱ्याच्याच गायी मोजत बसला तर काहीच लाभ होत नाही, त्याचप्रमाणे धर्मग्रंथांचे नुसते पठण करणारा, आळस आणि सुस्तीमुळे त्यानुसार आचरण न करणाऱ्या व्यक्तीला त्या श्रवणाचा लाभ होत नाही.

१५. धर्मग्रंथांचे थोडे जरी पठण केले आणि ती व्यक्ती धर्मानुसार आचरण करत असेल, राग-द्वेष-मोहापासून मुक्त असेल तर ती इहलोकात आणि परलोकातही भोगविलासाच्या मागे धावत नाही. ती बुद्धिमान, अनासक्त असल्याने श्रवणाचा तिलाच खरा लाभ होतो.

ब्राह्मण

१६. ज्याला आपल्या पूर्वजन्मांविषयी ज्ञान आहे, ज्याला स्वर्ग आणि नरक याचा

खरा अर्थ समजला आहे, ज्याच्या अहंकाराचा लोप झाला आहे, ज्याला आत्मज्ञान झाले आहे, जो निर्वाणावस्थेत पोहोचला आहे, अशा व्यक्तीला मी ब्राह्मण मानतो.

चित्त

१७. बुद्धिमान मनुष्य मोठ्या मुश्किलीने अत्यंत चलाख आणि सतत चंचल असलेल्या मनाला जपतो. असे नियंत्रण असलेले चित्तच आपल्याला सुख देते.

१८. ज्याचे चित्त स्थिर-शांत नाही, तो सत्धर्म जाणू शकत नाही. ज्याचे चित्त प्रसन्न नाही, तो कधीही प्रज्ञावान बनू शकत नाही.

१९. ज्याचे चित्त शुद्ध आहे, स्थिर आहे, पाप-पुण्यविरहित आहे, अशा जागृत व्यक्तीसाठी भय अस्तित्वातच नसते.

२०. या चित्ताला एखाद्या नगरीप्रमाणे समजून तिच्या रक्षणासाठी सदैव सज्ज राहावे. आपल्या नश्वर शरीराच्या साहाय्याने प्रज्ञारूपी शस्त्र घेऊन सैतानी भाव-भावनांशी युद्ध करून त्याला जिंकावे. आपल्या चित्ताचे सदैव रक्षण करावे आणि अनासक्त राहावे.

कुकर्म-सन्मार्ग

२१. एखादा शत्रू आपले जसे नुकसान करतो, तसे कुमार्ग अवलंबणारे चित्त माणसाचे खूप नुकसान करते.

२२. आपले आईवडील किंवा नातलग जेवढे आपले हित साधतात, त्यापेक्षाही अधिक हित सन्मार्ग अवलंबणाऱ्या चित्तामुळे साधले जाते.

आसक्त

२३. रात्री गाढ झोपेत असलेले गाव जसे पुराच्या पाण्यात वाहून जाते, त्याप्रमाणे राग-लोभात गुंतलेल्या आसक्त व्यक्तीला मृत्यू वाहून नेतो.

२४. आसक्त व्यक्तीचा भोग कधीच संपत नाहीत, ती अतृप्त असतानाच यमराज तिला घेऊन जातात.

कृत्य-अकृत्य

२५. दुसऱ्याचे दोष, दुसऱ्याची कृत्ये-अकृत्ये पाहण्याऐवजी व्यक्तीने स्वतःच्या कृत्य-अकृत्यांकडे पाहावे.

फूल

२६. एखादे फूल सुंदर, रंगीत असते, पण त्याला कुठलाही गंध नसतो, त्याप्रमाणे बोले तैसा न चालणाऱ्या व्यक्तीची सुभाषित वाणी निरुपयोगी असतात.

२७. एखाद्या सुंदर, रंगीत व सुगंधी फुलाप्रमाणे बोले तैसा चालणाऱ्या, वाणीप्रमाणे आचरण करणाऱ्या मनुष्याची सुभाषित वाणी सफल असते.

२८. ज्याप्रमाणे एखाद्या फुलांच्या ढिगाऱ्यातून अनेक हार तयार केले जातात, त्याचप्रमाणे या जगात आपण जन्माला आल्यानंतर आपल्या हातून अनेक शुभ कर्म व्हायला हवीत.

२९. फुलांचा, चंदनाचा सुगंध हवेविरुद्ध पसरू शकत नाही. परंतु सत्पुरुषांचा सुगंध हवेविरुद्ध सर्वदूर पसरतो. ते आपल्या कार्याचा, शिकवणीचा सुगंध चारही दिशांना पसरवतात.

३०. चंदन, कमळ, मोगरा किंवा जाईजुई आदी फुलांच्या सुगंधांपेक्षाही सदाचाराचा सुगंध अधिक प्रभावी असतो.

३१. चंदनाचा किंवा फुलांचा सुगंध अल्पजीवी असतो, अल्प प्रमाणात टिकतो. मात्र, सदाचरण करणाऱ्यांच्या सदाचाराचा सुगंध देवतांपर्यंत पोहोचतो.

मूर्ख व्यक्ती

३२. ज्याप्रमाणे जागरण करणाऱ्याला रात्र दीर्घ वाटते, थकलेल्या वाटसरूला थोडे अंतरही जास्त वाटू लागते, त्याचप्रमाणे सत्‌धर्माला न जाणणाऱ्या मूर्ख माणसाला हा संसार (आवागमन) दीर्घ काळ असल्यासारखे वाटते. म्हणजे ही वाटचाल कधी संपणारच नाही असे वाटते.

३३. माझी मुले, माझी संपत्ती असा विचार करणारा मूर्ख मनुष्य अंततः दुःखीच होतो. जिथे हे शरीरही आपले नाही, तिथे संपत्ती आणि संतान आपली कशी असणार?

३४. मूर्ख व्यक्तीला आपण मूर्ख आहोत, एवढे जरी समजले, तरी ते समजण्याइतपत बुद्धी तिच्यापाशी निश्‍चितच असते. मात्र, जी व्यक्ती मूर्ख असूनही स्वतःला बुद्धिमान समजते, ती खरी मूर्ख असते.

३५. मूर्ख-दुर्बुद्ध व्यक्ती कटू फळ मिळणारी कुकर्मे, पापाचरण करतात आणि स्वतःच्या नकळत स्वतःचे शत्रू बनतात.

३६. जोपर्यंत पापकर्माचे फळ मिळत नाही, तोपर्यंत मूर्खाला ते मधाप्रमाणे मधुर भासते. परंतु त्याचे फळ मिळते तेव्हा तो दुःखी होतो.

३७. पापकर्म ताज्या दुधाप्रमाणे लगेच विकार उत्पन्न करत नाही. मात्र, राखेत लपलेल्या निखाऱ्याप्रमाणे ही कर्मे संबंधित मूर्ख व्यक्तीचा पिच्छा पुरवतात.

३८. मूर्ख मनुष्याला सर्वच अनर्थकारक, निरर्थक वाटते. त्याची ही अल्पमती त्याची प्रज्ञा नष्ट करून, त्याच्या शुभ कर्मांनाही नष्ट करते.

३९. गरज नसलेल्या गोष्टींची अभिलाषा करणारा, भिक्षू-संन्याशांपेक्षा स्वतःला श्रेष्ठ समजणारा, मठ-विहारांचा मालक बनण्याची इच्छा बाळगणारा, दुसऱ्या कुळांमध्ये स्वतःचा मानमरातब राखला जावा, गृहस्थ आणि साधक दोघांनी माझेच म्हणणे ऐकावे, कृत्य-अकृत्य करताना माझ्या मार्गदर्शनावरच अवलंबून राहावे, अशी भूमिका घेऊन जगणाऱ्या मूर्ख व्यक्तीच्या इच्छा आणि अहंकार वाढतच जातो.

पश्चात्ताप

४०. जे काम केल्यानंतर पश्चात्ताप होतो, ज्याच्या फळाने दुःखच मिळते असे काम करणे कदापि योग्य नाही.

४१. ज्या कामानंतर अजिबात पश्चात्ताप होत नाही, ज्याची फळे भोगताना आनंद द्विगुणित होतो, अशी कार्ये करणे कधीही चांगले.

सत्पुरुष, पंडित

४२. जो मनुष्य दोष दाखवणाऱ्या मनुष्याला, गुप्तधन दाखवणाऱ्याप्रमाणे समजतो, संयमी, प्रतिभावान, पंडितांच्या संगतीत राहतो, त्याचे सदैव कल्याणच होते.

४३. जो सदुपदेश देतो, अनुशासन करतो, अनुचित कार्य करण्यापासून रोखतो, असा माणूस सत्पुरुषांना प्रिय, तर दुर्जनांना अप्रिय असतो.

४४. दुष्ट स्वभावाच्या मित्रांच्या किंवा अधर्मी व्यक्तींच्या संगतीत राहू नये. सदैव सुस्वभावी मित्रांच्या संगतीत राहावे. उत्तम व्यक्तीच्या सहवासात राहावे.

४५. धर्मरस प्राशन करणारा प्रसन्न राहतो. सुख-शांतीने झोपू शकतो. पंडित सदैव आर्यांनी सांगितलेल्या धर्मामध्ये रममाण असतात.

४६. एखादा कणखर पहाड वाऱ्यामुळे न डगमगता उभा राहतो, त्याचप्रमाणे पंडितही निंदेमुळे डगमगत नाहीत आणि प्रशंसेमुळे हुरळून जात नाहीत.

४७. सत्पुरुष कुठेही आसक्त होत नाहीत. सबबींच्या आड दडून ते काम-भोग घेत नाहीत. दुःख असो वा सुख, पंडितजन कुठल्याही विकाराला बळी पडत नाहीत.

४८. अधर्माचरण करून स्वतःसाठी किंवा इतरांसाठी संतान, धन किंवा राज्यसत्ता मिळवण्याची इच्छा बाळगू नका. अधर्माचरणाद्वारे जो स्वतःची उन्नती करू इच्छित नाही, तोच सदाचारी, प्रज्ञावान आणि खरा धार्मिक मनुष्य होय.

४९. जो मनुष्य अंधश्रद्धारहित, निर्वाण मिळवून सर्व बंधनातून मुक्त झालेला, ज्याच्या पुनर्जन्माची शक्यता नाही, विषय-भोगाच्या इच्छेपासून जो मुक्त झाला आहे, तोच सद्गुणी, उत्तम पुरुष असतो.

५०. खऱ्या अर्थाने पैलतीरावर पोहोचणाऱ्या व्यक्ती फार थोड्या असतात. इतर सर्व जण मात्र ऐलतीरावरच धावत राहतात.

५१. जे संग्रह-संचय करत नाहीत, ज्यांना आहार-विहाराचे योग्य प्रमाण ठाऊक आहे, शून्यता स्वरूप आणि निरपेक्ष निर्वाणच ज्यांचे लक्ष्य आहे, ते आपले हे ध्येय गाठण्याच्या दिशेने पक्ष्यांप्रमाणे गतिमान गगनभरारी घेतात.

अनासक्त

५२. विरागी, अनासक्त व्यक्ती वनांमध्ये राहतात. अशा वनांत सामान्य व्यक्ती राहू शकत नाहीत. पण, अनासक्त व्यक्तींना काम-भोगांच्या मागे जायचे नसल्याने त्यांना अशा वनांमधला एकांतच पसंत असतो.

विजेता

५३. एखाद्या युद्धात लाखोंवर विजय मिळवणाऱ्या मनुष्यापेक्षा जो स्वतःवर विजय मिळवतो, तोच खरा विजेता असतो.

५४. दुसऱ्यावर विजय मिळवण्यापेक्षा स्वतःवर विजय मिळवणे महत्त्वाचे असते. ज्या मनुष्याने योग्यरीत्या आत्मनियमन केले आहे, जो नेहमी संयत आचरण करतो, अशा मनुष्याला देवता, गंधर्व, ब्रह्मदेव किंवा सैतानही हरवू शकत नाही.

यज्ञ

५५. एखादी व्यक्ती दक्षिणा देऊन अनेक महिने, वर्षे यज्ञ करत राहिली आणि दुसऱ्या व्यक्तीने एखाद्या परिशुद्ध मनाच्या, मुक्त व्यक्तीचा सत्कार केला, तर वर्षानुवर्षे केलेल्या हवनापेक्षा ती अल्पकालीन पूजाच श्रेष्ठ ठरते.

५६. एखाद्या व्यक्तीने वनांत जाऊन तिथे शंभर वर्षे यज्ञ केला व दुसऱ्या व्यक्तीने एखाद्या परिशुद्ध मनाच्या, मुक्त व्यक्तीचा सत्कार केला तर त्याची ही अल्पकाळाची पूजा त्या शंभर वर्षे चाललेल्या यज्ञापेक्षाही श्रेष्ठ ठरते.

५७. पुण्यप्राप्तीसाठी वर्षभर यज्ञ केला जातो, पण ती इच्छा एखाद्या सरळ चित्ताच्या मुक्त व्यक्तीला केलेल्या अभिवादनाच्या एक-चतुर्थांशही प्रभावी नसते. अशा यज्ञापेक्षा सरळ चित्ताच्या व्यक्तीला केलेले अभिवादन श्रेष्ठ असते.

श्रेष्ठ जीवन

५८. जो आपल्यापेक्षा ज्येष्ठांची सदैव सेवा करतो, जो नम्र, अभिवादनशील असतो, त्याचे आयुष्य, बळ आणि सुख यांमध्ये वृद्धी होते.

५९. दुराचारी आणि चित्ताची एकाग्रता नसलेल्या हीन व्यक्तीच्या शंभर वर्षांच्या आयुष्यापेक्षाही सदाचारी आणि ध्यानी मनुष्याचे अल्प आयुष्य श्रेष्ठ असते.

६०. अज्ञानी, चंचल चित्ताच्या व्यक्तीच्या शतायुष्यापेक्षा प्रज्ञावान आणि ध्यानसाधना करणाऱ्या मनुष्याचे एक दिवसाचे जीवन श्रेष्ठ असते.

६१. आळशी, निरुद्योगी व्यक्तीच्या शंभर वर्षांच्या आयुष्यापेक्षा दृढ संकल्पाद्वारे उद्योग करणाऱ्याचे एक दिवसाचे आयुष्य श्रेष्ठ असते.

६२. उत्पत्ती आणि विनाशाचा विचार न करता शंभर वर्षे जगण्यापेक्षा उत्पत्ती आणि विनाशाचा विचार करून एक दिवसाचे जगणे श्रेष्ठ असते.

६३. योग्य, उत्तम धर्माकडे दुर्लक्ष करून शंभर वर्षे जगण्यापेक्षा योग्य धर्माकडे लक्ष देऊन एक दिवसाचे जगणे श्रेष्ठ असते.

पाप-पुण्य

६४. पापाला मनातून हटवा, शुभ कर्म त्वरित करा. शुभ कर्म करताना दिरंगाई केल्यास मनात पाप उत्पन्न होण्यास सुरुवात होते.

६५. आपल्या हातून जरी पापकर्म झाले तरी ते वारंवार करू नये. पापाचा संचय दु:खाचे मूळ कारण आहे.

६६. आपल्याकडून शुभ कर्म घडले तर अशी शुभ कर्मे वारंवार करत राहा. पुण्यसंचय सुख मिळवून देतो.

६७. पापी व्यक्तीला जोपर्यंत त्याने केलेल्या पापाचे वाईट फळ मिळत नाही, तोपर्यंत चांगले वाटते. पण पापाचे फळ मिळू लागताच त्याला वाईट वाटते.

६८. पुण्य करणाऱ्याला जोपर्यंत पुण्याचे फळ मिळत नाही, तोपर्यंत वाईट वाटते. पण पुण्याचे फळ मिळू लागताच त्याला चांगले वाटू लागते.

६९. मला पापाचे फळ मिळणार नाही; कारण मी पाप करत नाही, असा विचार करून पापाला कमी लेखू नका. ज्याप्रमाणे थेंबाथेबांनी माठ भरतो, त्याप्रमाणे मूर्ख व्यक्ती रोज थोड्या थोड्या पापाचा संचय करते.

७०. थोडा लवाजमा आणि बरेच धन बाळगणारा व्यापारी प्रवासात धोकादायक, भययुक्त रस्त्याने प्रवास टाळतो. जगण्याची तीव्र इच्छा असणारी व्यक्ती ज्याप्रमाणे विषप्राशन करणे टाळते, त्याप्रमाणे माणसाने पापकर्म टाळले पाहिजे.

७१. जखम नसलेल्या हातात विष घेतले तरी कुठलाही धोका नसतो, कारण अशा हातात विष भिनण्याचा धोका नसतो; तसेच या जगात आसक्तीविना जगणाऱ्याला पाप स्पर्श करत नाही.

७२. हवेच्या प्रवाहाविरुद्ध फेकलेला सूक्ष्म धूलिकण फेकणाऱ्याच्याच अंगावर पडतो, तद्वतच शुद्ध, निर्मल आणि निर्दोष व्यक्तीला जो दूषणे देतो, दोष देतो, असा

मनुष्यच पापी ठरतो.

७३. काही जण मृत्यूनंतर पुन्हा या जगात जन्म घेतात, पापी नरकात जातात. पुण्यवान व्यक्तींना स्वर्ग मिळतो. ज्या व्यक्ती निर्मळ चित्ताच्या आहेत, त्यांना निर्वाणावस्था प्राप्त होते.

७४. पापाचरण करणारा माणूस आकाश, समुद्रतळ किंवा पर्वतांच्या खोल दऱ्याखोऱ्यांत कुठेही गेला, तरी तो पापकर्मांच्या फळांपासून स्वतःचा बचाव करू शकत नाही.

७५. मूर्ख मनुष्य पापकर्म करताना मागचा-पुढचा विचार करत नाही. असे दुर्बुद्ध लोक आपल्या या कर्मांमुळे आगीत तापल्याप्रमाणे पश्चात्तापदग्ध होतात.

मृत्यू

७६. मनुष्य आकाश, समुद्रतळ किंवा पर्वतांच्या खोल दऱ्याखोऱ्यांत जाऊन दडला तरी या जगात मृत्यूपासून बचाव करता येईल अशी एकही जागा नाही.

७७. सर्वांनाच आपले जीवन प्रिय असते. सर्वांना मृत्यूचे भय वाटत असते, शिक्षेचे भय वाटते. म्हणून आपल्यावरून जग ओळखून सर्वांशी वागावे. कुणाची हत्या करू नये किंवा त्याला मारू नये.

७८. मृत्यू येतो तेव्हा मुलगा, वडील किंवा कुठलाही आप्तजन, नातलग आपल्याला वाचवू शकत नाहीत.

सुख

७९. सुखाची अपेक्षा ठेवणाऱ्या प्राण्यांना काठीने मारझोड करून विकृत आनंद लुटणाऱ्याला त्याच्या मृत्यूनंतरही सुख मिळत नाही.

८०. अल्पकालीन सुखाचा त्याग करून प्रदीर्घ सुख मिळणार असेल तर बुद्धिमान व्यक्तीने प्रदीर्घ सुखाच्या प्राप्तीसाठी त्या अल्पकाळ टिकणाऱ्या सुखाचा त्याग करायला हवा.

कठोर वाणी

८१. कुणालाही कठोर शब्दांत बोलू नका; दुसरेही तुमच्याशी तसेच बोलतील. अशी दुर्वचने दुःखच निर्माण करतात. त्यामुळे तुम्हांलाही शिक्षा भोगावी लागते.

८२. दुसऱ्याकडून मार खाऊनही तुम्ही निःशब्द राहिलात, मौन राखले तर तुमच्यासाठी कलह समाप्त झाला. निर्वाणाचा मार्ग तुमच्यासाठी खुला झाला.

८३. जो निःशस्त्रांना शिक्षा करतो, त्यांना मारहाण करतो, निर्दोषांवर खोटे आरोप करतो, त्यांना दोषी ठरवतो, त्याच्याबाबतीत पुढील दहा गोष्टींपैकी एखादी दुर्घटना घडते :

(१) तीव्र वेदना (२) नुकसान (३) अपंगत्व (४) आजारपण (५) वेडेपण (६) राजदंड (७) तीव्र निंदा (८) आप्तजनांचा मृत्यू (९) भोगक्षय (१०)आगीत त्याचे घर नष्ट होते.

शुद्धी, श्रमण

८४. ज्या व्यक्तीच्या शंका-कुशंका बाकी आहेत, त्याची शुद्धी नग्न राहून, जटा धारण करून, चिखल फासून, उपवास करून, कठीण भूमीवर झोपून, धुळीत माखून, कठीण आसन घालूनही होऊ शकत नाही.

८५. अलंकृत असूनही ज्याचे आचरण सम्यक आहे, जो शांत आहे, वृत्तीने ब्रह्मचारी आहे, प्राणिमात्रांवर प्रेम करतो, तोच खरा ब्राह्मण, श्रमण आणि भिक्षू आहे.

८६. ज्याप्रमाणे उत्तम घोडा चाबकाचे फटके सहन करू शकत नाही, त्याप्रमाणे काही लोकांना निंदा अजिबात सहन होत नाही. लोकलाजेस्तव काही व्यक्ती अयोग्य, निषिद्ध काम करण्यास धजावत नाहीत.

शरीर

८७. हे शरीर विचित्र आहे. त्यात अनेक व्रण, रोग असतात; अनेक प्रकारच्या इच्छा सामावलेल्या असतात, ते शरीर अनिश्चित असते, क्षणभंगुर असते.

८८. हे शरीर जीर्णशीर्ण आहे. अनेक रोगांचे घर आहे. ते क्षणभंगुर म्हणजे अनित्य, अस्थिर, अस्थायी असते. ते एके दिवशी जराजीर्ण होऊन नष्ट होते. म्हणजेच प्रत्येक जीवाचा मृत्यू हा अटळ असतो.

अज्ञान

८९. अज्ञानी माणसे एखाद्या बैलाप्रमाणे धष्टपुष्ट होतात, मात्र त्यांची प्रज्ञा वाढत नाही.

तृष्णा

९०. हे शरीररूपी घर बनवणाऱ्याच्या शोधार्थ या जगात मी अनेक जन्म घेत राहिलो. वारंवार जन्म घेणे दुःखकारक आहे. या घराच्या खऱ्या मालकाचे दर्शन अखेर मला झाले आहे. आता पुन्हा नवे घर बनू शकणार नाही (म्हणजे आता पुन्हा नवा जन्म नाही). त्यासाठीच्या मागील संस्कारांच्या शृंखला गळून पडल्या आहेत. या घराचे शिखर विखरून गेले आहे. चित्त संस्काररहित झाले आहे. तृष्णा संपून गेल्या आहेत.

९१. वृक्ष समूळ उखडत नाही, तोपर्यंत त्याला पालवी फुटत राहते, त्याचप्रमाणे तृष्णा पूर्णपणे नष्ट होत नाही, तोपर्यंत वारंवार दुःख निर्माण होत राहते.

स्वामित्व

९२. माणूस स्वत:च स्वत:चा स्वामी आहे. इतर कोणी त्याचा स्वामी कसा होऊ शकेल? स्वत:वर संयमाने विजय मिळवणारा दुर्लभ स्वामित्व प्राप्त करतो.

शुद्धी-अशुद्धी

९३. स्वतः केलेले पाप स्वत:ला मलिन करते. आपण न केलेले पाप आपल्याला शुद्ध करते. प्रत्येक माणसाची शुद्धी-अशुद्धी भिन्न आहे. एक व्यक्ती दुसऱ्याला शुद्ध करू शकत नाही.

स्वर्ग

९४. हे जग अंध आहे. इथे फार थोडे लोक पाहू शकतात. जाळ्यातून मुक्त झालेल्या पक्ष्यांप्रमाणे थोड्याच व्यक्ती स्वर्गात जाऊ शकतात.

बुद्धांची शिकवण

९५. पापकर्म न करणे, शुभ कर्म करणे, चित्त परिशुद्ध राखणे, हीच बुद्धांची शिकवण आहे.

९६. कुणाची निंदा न करणे, कुणाचा घात न करणे, भिक्षूंसाठीच्या नियमांचे पालन करणे, योग्य प्रमाणात भोजन करणे, एकांतात निद्रा घेणे, बसणे, योगाभ्यासात चित्त लावणे, हीच आहे बुद्धांची शिकवण.

९७. मनुष्य भयापोटी पर्वत, वन, उद्यान, वृक्ष, चैत्य इत्यादी गोष्टींचा आधार घेतो. त्यांचा आधार घेणे कल्याणकारक नाही. कारण त्यांचा आधार घेऊन आपण सर्व दु:खापासून मुक्त होऊ शकत नाही.

९८. जो बुद्ध, धर्म आणि संघ यांना शरण जातो, जो पुढील चारही आर्य सत्य प्रज्ञेने अभ्यासतो, त्याच्यासाठी दु:ख, दु:खाचा उगम, दु:खाचा विनाश, दु:खाचे उपशमन (कायमची समाप्ती) या आर्य-अष्टांग-मार्गांचा अवलंब करणे कल्याणकारक आहे. हे शरणस्थळ सर्वोत्तम आहे. कारण त्यामुळे मनुष्याची सर्व दु:खांपासून मुक्तता होते.

श्रेष्ठ पुरुष

९९. श्रेष्ठ मनुष्याचा जन्म दुर्मीळ असतो. तो कोणत्याही कुळात जन्मत नाही. तो ज्या कुळात जन्मतो, त्या कुळाच्या सुखामध्ये वृद्धी होते.

१००. बुद्धांचा जन्म सुखकारक असतो. सत्‌धर्माचा उपदेश सुखकारक असतो. संघात एकता असणे सुखकारक असते. सर्वांनी एकत्रितपणे तप करणे सुखकारक असते.

१०१. श्रेष्ठ पुरुष वैर करणाऱ्यांमध्येदेखील निर्वैरी बनून सुखाने राहतात. वैर करणाऱ्यां-

मध्येही ते अवैरी बनून वावरतात.

१०२. श्रेष्ठ पुरुष रोग्यांमध्येही रोगरहित होऊन सुखाने राहतात. रुग्णांमध्ये निरोगी राहून वावरतात.

१०३. निरोगी राहणे हा परम लाभ आहे, तर संतुष्ट राहणे परम धन आहे. विश्वास ज्येष्ठ बंधू आहे, तर निर्वाण सर्वश्रेष्ठ सुख आहे.

सुख-दुःख

१०४. क्रोधाग्नीइतकी घातक इतर कोणतीही आग नाही, तसेच द्वेषासारखा कोणताही मळ नाही. पंचेंद्रियांच्या आसक्तीसारखे दुःख नाही. शांतीपेक्षा श्रेष्ठ सुख नाही.

१०५. सत्पुरुषांचे दर्शन, त्यांची संगत सदैव सुखकारक असते. मूर्खांचे दर्शन न झाल्यास, त्यांचा सहवास न लाभल्यास माणूस सदैव सुखी राहू शकतो.

१०६. मूर्खांच्या संगतीत राहणारा दीर्घ काळ शोक करतो. मूर्खांची संगत एखाद्या शत्रुसमान नेहमी दुःखकारक असते. धैर्यवानांची संगत बंधूंच्या संगतीप्रमाणे सुखकारक असते.

१०७. वेळेवर उपयोगी पडणारे मित्र सुख देतात. जीवनातील छोट्या-छोट्या गोष्टींत समाधान बाळगणे सुखकारक असते. जीवनाचा क्षय होताना मिळवलेले पुण्य उपयोगी पडते, सुख देते. मात्र, सर्व दुःखाचा नाश हे सर्वांत मोठे सुख आहे.

प्रिय-अप्रिय

१०८. प्रिय लोकांमध्ये गुंतू नका. अप्रियांची साथ कधी करू नका. प्रिय लोकांचे दर्शन न होणे आणि अप्रिय लोकांचे दर्शन होणे नेहमी दुःखदायक असते. त्यामुळे कुणालाही प्रिय बनवू नका, कारण प्रिय व्यक्तीचा नाश क्लेशजनक असतो. ज्यांच्या हृदयात प्रिय-अप्रिय यांना स्थान नसते, त्यांच्या हृदयात कुठलीही गाठ नसते.

१०९. प्रिय व्यक्तींमुळे शोक आणि भय उत्पन्न होते. जो प्रिय बाबींपासून मुक्त आहे, त्याला कशापासून भय वाटेल?

११०. प्रेम, काम, राग, तृष्णा यांमुळे शोक निर्माण होतो. जो यांपासून मुक्त आहे, त्याला भय कशाचे वाटेल?

सत्यवादी

१११. जो चारित्र्यवान, शीलवान, विद्वान आहे, जो धर्मात स्थित आहे, सत्यवादी आहे आणि जो आपले काम पूर्ण करतो, अशा व्यक्तीवर लोक प्रेम करतात.

११२. ज्याला निर्वाणाची अभिलाषा आहे, तिथे तो मनाने पोहोचला आहे, ज्याचे चित्त काम-भोग यामध्ये लिप्त नाही, त्याला ऊर्ध्वस्रोत (उच्चतम स्रोत) म्हणतात.

सत्य-असत्य

११३. क्रोधाला अक्रोधाने, वाइटावर चांगुलपणाने, कंजुषीवर दानीपणाने आणि खोटेपणावर सत्याने विजय मिळवावा.

११४. जो मनुष्य क्रोध-अभिमान सोडतो, जो सर्व बंधनांच्या पार जातो, जो थोडाही आसक्त नसतो, जो परिग्रहापासून (गरजेपेक्षा जास्त संग्रह करण्याची वृत्ती) मुक्त आहे, त्याला दु:ख त्रास देत नाहीत.

निंदा

११५. हे अतुल! ही जुनी गोष्ट आहे, आजची नाही. जे मौन राखतात, त्यांच्यावरही टीका होते. जे खूप बोलतात, त्यांचीदेखील निंदा होते. कमी बोलणाऱ्यांवरही निंदा होते. ज्याच्यावर टीका होत नाही, असा कुणीही या जगात नाही.

११६. ज्याची केवळ आणि केवळ प्रशंसाच प्रशंसा होते किंवा ज्याच्यावर कायम टीकाच होते, अशी व्यक्ती अजून जन्माला आली नाही व जन्मणारही नाही.

सदाचरण

११७. काया, वाणी आणि मन यांच्या चंचलतेपासून स्वत:ला दूर ठेवा. संयमाने त्यांच्यावर नियंत्रण ठेवा. शरीर, वाणी आणि मन यांच्या दुर्व्यवहारांपासून स्वत:ला दूर ठेवत सदैव सदाचरण करा.

११८. जो काया, वाचा, मनाने संयत (नियंत्रणात) आहे, त्याच मनुष्याला खऱ्या अर्थाने संयत म्हणता येईल.

११९. लोखंडापासूनच बनवलेला हातोडा लोखंडालाच वाकवतो, त्याचप्रमाणे अतिचंचल मनुष्याच्या स्वत:च्याच कर्मामुळे त्याला दुर्गती प्राप्त होते.

मळ

१२०. वेदमंत्र पठणाचा अभाव मनुष्याचा मळ (अशुद्धी) आहे. घराची नियमित डागडुजी न करणे हा त्या घरांचा मळ आहे. शरीराच्या सौंदर्याचा आळस हा मळ आहे. पहारेकऱ्याचे बेसावध असणे हा त्याचा मळ आहे. वाईट चारित्र्य हा मळ आहे. दानी व्यक्तीचे कंजूष असणे, हा त्याचा मळ आहे. या सर्वांपेक्षाही वाईट मळ म्हणजे अविद्या! भिक्षूंनो, हा मळ सोडून खऱ्या अर्थाने निर्मळ व्हा.

१२१. जो हिंसक आहे, सदैव खोटे बोलतो, चोरी करतो, परस्त्रीच्या सहवासात राहतो, मद्यपान करतो तो मनुष्य स्वत:च्या पायावर धोंडा पाडून घेतो.

दान

१२२. लोक आपापली श्रद्धा आणि प्रसन्नता यानुसार दान करतात. दुसऱ्याचे खाणे-पिणे

पाहून जो अस्वस्थ होतो, नाराजी व्यक्त करतो, तो रात्री शांतपणे झोपू शकत नाही, दिवसाही त्याला सुख-शांती मिळत नाही. मात्र, ज्याच्या मनातून हे भाव समूळ नष्ट झाले आहे, त्याला रात्रंदिवस, सदैव शांती लाभते.

राग-द्वेष-मोह-तृष्णा

१२३. रागासारखी आग, द्वेषासमान ग्रह, मोहासारखे जाळे आणि तृष्णेसमान नदी नाही!

१२४. दुसऱ्याचे दोष पाहणे सोपे असते. मात्र, आपले दोष पाहणे अवघड असते. माणूस दुसऱ्यांच्या दोषांची एखाद्या भुश्याप्रमाणे उधळण करतो. मात्र, स्वतःचे दोष एखादा लबाड जुगारी जसा फासे लपवून ठेवतो, त्याप्रमाणे झाकून ठेवतो.

१२५. दुराचरण करणारी व्यक्ती केवळ दुसऱ्याकडे भिक्षा मागण्याने भिक्षू होत नाही.

भिक्षू

१२६. जो पाप-पुण्याच्या पलीकडे गेला आहे, जो ब्रह्मचारी आहे, ज्याचा चार लोकांतील वावर ज्ञानपूर्वक आहे, तो मनुष्य भिक्षू आहे.

१२७. आध्यात्मिक मार्गात अष्टांगिक मार्ग श्रेष्ठ आहे. सत्यात चार आर्य सत्य श्रेष्ठ आहेत. धर्मात वैराग्य श्रेष्ठ आहे आणि चक्षुमान (बुद्ध) श्रेष्ठ आहे.

आळस

१२८. जो उपजीविकेसाठी कामधंदा करत नाही. तरुण आणि बलवान असूनही आळशी आहे. व्यर्थ इच्छा-आकांक्षांमध्ये ज्याचे मन लडबडले आहे, अशा आळशी माणसाला प्रज्ञामार्ग मिळूच शकत नाही.

कामना

१२९. जसे दूध पिणारे पिल्लू आपल्या आईवरच अवलंबून असते, तसा स्त्रीची अभिलाषा बाळगणारा पुरुष त्या बंधनात अडकून पडतो. त्यावरच अवलंबून राहू लागतो.

जागरूक शिष्य

१३०. ज्या साधकांची स्मृती दिवस-रात्र बुद्धांचे कार्य, धर्म, संघ, अहिंसात्मक व योगाभ्यासात सदैव राहते, असे गौतम बुद्धांचे शिष्य खूप सजगतेने जगतात.

१३१. ज्या व्यक्ती सदाचरण करणाऱ्या आहेत, श्रद्धाळू आहेत, श्रीमंत आहेत, यशस्वी आहेत, त्या जिथे जातील तिथे त्यांचे स्वागतच होते, सत्कार होतो.

१३२. सत्पुरुषांची कीर्ती हिमालय पर्वतासमान दूर अंतरावरूनही दिसते. सत्पुरुष नसलेल्या व्यक्ती रात्री मारलेल्या बाणांप्रमाणे अंधकारात दिसून येत नाहीत.

असत्यवादी

१३३. असत्यवादी (खोटारडा) नरकात जातो. जो चुकीच्या गोष्टींना जबाबदार असूनही आपण याला जबाबदार नाही, अशी उत्तरे देतो, तोही नरकात जातो. दोन्ही प्रकारची नीचकर्म करणाऱ्यांचा अंत सारखाच असतो.

वेळ

१३४. ज्याप्रमाणे सीमाप्रदेशातील शत्रुहल्ल्याचा धोका असलेली गावे आतून-बाहेरून सुरक्षित केली जातात, त्याप्रमाणे स्वत:ला सांभाळा व एक क्षणही वाया घालवू नका. ही वेळ हातून गेल्यास नरकात खितपत पडून शोक करत बसावे लागेल.

लज्जा, अभय, अदोष

१३५. जी कामे करताना लाज वाटण्याची गरज नाही, ती करताना ज्यांना लाज वाटते आणि जी कामे करताना खरेच लाज वाटायला हवी, अशी कामे निर्लज्जपणे करतात, अशा परस्परविरोधी धारणा असलेल्या व्यक्तीला दुर्गती मिळते.

१३६. जिथे अभय ठेवून वावरावे तिथे भय वाटते आणि जिथे भय वाटायला हवे तिथे ज्यांना भय वाटत नाही, अशा खोट्या मनोधारणेच्या व्यक्तींना दुर्गती मिळते.

१३७. अदोषाला जे दोष समजतात, दोषाला जे अदोष समजतात, अशा खोट्या धारणा असलेल्या व्यक्तींनाही दुर्गती प्राप्त होते.

१३८. दोषाला जे दोष म्हणूनच जाणतात व अदोषाला अदोष म्हणूनच जाणतात, अशा व्यक्तींना सुगती प्राप्त होते.

कटू वाक्य

१३९. ज्याप्रमाणे युद्धात हत्ती बाणांचा वर्षाव सहन करतात, तसेच मीही कटू वाक्ये सहन करेन, कारण या जगात दुर्जनांची संख्या जास्त आहे.

१४०. प्रशिक्षित हत्तीला युद्धात राजाला बसण्यासाठी नेतात. मनुष्यांमध्ये शिक्षित मनुष्य श्रेष्ठ आहे, जो कटू वाक्य, टीका सहन करतो.

बंधन

१४१. आळशी, खूप खाणारा, झोपाळू, वारंवार कुशी बदलून झोपणारा मनुष्य दाणा-चारा खाऊन मस्तवाल झालेल्या जाडजूड डुकराप्रमाणे पुष्ट असतो. हा मंदगती माणूस वारंवार जन्मबंधनात अडकतो.

१४२. ज्याच्या मनात खूप संकल्प-विकल्प निर्माण होत असतात, ज्याच्या मनात तीव्र राग आहेत, ज्याला सर्वच चांगले दिसते, त्याची तृष्णा वाढत जाते. तो आपली बंधने आणखी दृढ करतो.

१४३. जी व्यक्ती संकल्प-विकल्पांना शांत करण्याचा प्रयत्न करते, ती जागरूकतेने सदैव अशुभ ओळखते, ती बंधन तोडू शकते, त्याला नष्ट करू शकते.

सेवा

१४४. या जगात मातृ-पितृसेवा सुखकारक आहे. जगात श्रवणत्व (संन्यास) सुखकारक आहे. तसेच निष्पाप होणेही सुखकारक आहे. (ब्राह्मणत्व)

सुखकारकत्व

१४५. वृद्धत्वापर्यंत सदाचरण करत राहणे सुखकारक असते. स्थिर श्रद्धा, प्रज्ञेची प्राप्ती, पापाचरण न करणे सुखकारक असतं.

खोटी धारणा

१४६. ज्या माणसाचे छत्तीस स्रोत, मनाला चांगल्या वाटणाऱ्या गोष्टीकडे आकर्षित होत असतात, अशा खोट्या धारणेच्या मनुष्याला त्याचे विविध रागमिश्रित मोह, संकल्प वाहवत नेतात.

धर्म दान

१४७. धर्माचे दान सर्व दानांमध्ये श्रेष्ठ आहे. धर्मरस सर्व रसांपेक्षा श्रेष्ठ आहे. धर्मरत होणे सर्वश्रेष्ठ आहे.

भिक्षू कोण आहे ?

१४८. डोळे, कान, नाक, जीभ, हात-पाय, उर्वरित शरीर आणि वाणी यांद्वारे जो संयत आणि समाधियुक्त आहे, जो एकांतात राहतो, मनन करून बोलतो, जो उद्धट नाही, ज्याच्या आचरणातून धर्म-अर्थ प्रकट होतो, ज्याचे भाषण मधुर आहे, जो संतुष्ट आहे, त्याला भिक्षू म्हणतात.

१४९. आपल्याला होणाऱ्या लाभाची उपेक्षा करू नका. दुसऱ्याला होणाऱ्या लाभात अडथळा आणू नका. दुसऱ्याला होणाऱ्या लाभात अडथळा आणणाऱ्या भिक्षूच्या चित्तास एकाग्रता लाभत नाही.

१५०. या जगात ज्याचे स्वतःचे असे काहीही नाही (नाव, रूप), जो कुठलीही गोष्ट नष्ट झाल्यावर, संपल्यावर, नाहीशी झाल्यावर शोक करत नाही, अशी व्यक्ती खरी भिक्षू आहे.

ध्यान-प्रज्ञा

१५१. ज्याच्याकडे प्रज्ञा नाही, त्याचे चित्त एकाग्र होत नाही आणि ज्याचे चित्त एकाग्र नाही तो प्रज्ञावान होऊ शकत नाही. ज्याच्यात ध्यान-प्रज्ञा दोन्ही आहेत, तो निर्वाणाच्या जवळ आहे.

कल्याणमित्र

१५२. बुद्धिमान भिक्षूला सर्वप्रथम इंद्रियांचा संयम, संतोष आणि भिक्षूंसाठी असलेल्या नियमांचे पालन करावे लागते. त्याने शुद्ध आचरण, उपजीविका करणाऱ्या, आळशी नसलेल्या कल्याणमित्रांच्या संगतीत राहावे.

खरा ब्राह्मण कोण?

१५३. ज्याचे शरीर शांत आहे, वाणी शांत आहे, मन शांत आहे, समाधियुक्त आहे, ज्याने लौकिक भोग सोडून दिले आहेत, त्या भिक्षूला उपशांत संबोधले जाते.

१५४. जो स्वयंप्रेरित असतो, जो स्वतःच स्वतःची परीक्षा घेतो, तो आत्मसंयमी, स्मृतिमान भिक्षू सुखपूर्वक जगेल.

१५५. जो ध्यानी आहे, निर्मळ आहे, जो एकांतात रमतो, कृतकृत्य आहे, जो भोगविरहित आहे, ज्याला जीवनाचा अर्थ उमगला आहे.

१५६. दिवसा सूर्य तळपतो, रात्री चंद्र चमकतो, चिलखतात शूर क्षत्रिय चमकतो, ध्यान करणारा ब्राह्मणही चमकतो; परंतु बुद्ध आपल्या तेजाने दिवस-रात्र सदैव तळपत असतात.

१५७. प्रिय वस्तूंना मनातून दूर करणे ब्राह्मणासाठी कल्याणकारक असते. जेव्हा मन हिंसेपासून दूर जाते, तेव्हा दुःख शांत होतेच.

१५८. शरीर, वाणी आणि मन यांद्वारे ज्याच्याकडून पापाचरण होत नाही, या तिन्ही बाबतींत जो संयत आहे; तोच ब्राह्मण आहे.

१५९. जटा ठेवल्याने, विशिष्ट गोत्रात जन्म घेतल्याने आणि जन्माने कुणीही ब्राह्मण होत नाही. ज्याच्यात सत्य आणि धर्म आहे, तीच व्यक्ती पवित्र आहे, ब्राह्मण आहे.

१६०. अरे, दुर्बुद्धा! जटा वाढवून अंगावर हरणाचे कातडे परिधान केल्याने तुला काय मिळणार आहे? आतून जर तू मलिन असशील, तर वरवर धुऊन काही उपयोग नाही.

१६१. जो सर्व बंधने तोडतो, जो निर्भय आहे, जो संग आणि आसक्ती यांपासून मुक्त आहे, तोच ब्राह्मण आहे.

१६२. जो याच जन्मी आपल्या दुःखाचा क्षय जाणतो, जो भारमुक्त झाला आहे, जो आसक्तिरहित झाला आहे, तोच ब्राह्मण आहे.

१६३. जो विरोधकांत अविरोधी आहे, शस्त्रधाऱ्यांत निःशस्त्र आहे, शिक्षा ठोठावणाऱ्यां-मध्ये क्षमाशील आणि संग्रह करणाऱ्यांमध्ये राहूनही अपरिग्रही, संग्रह न करणारा आहे, तोच ब्राह्मण आहे.

१६४. लांब-छोटी, जाड-पातळ, चांगली-वाईट अशा जगातील कुठल्याच गोष्टीची जो चोरी करत नाही, तोच ब्राह्मण आहे.

१६५. इहलोकातील, परलोकातील कुठल्याही गोष्टीची ज्याला अपेक्षा नाही, जो इच्छारहित आहे, आसक्तीविरहित आहे, तोच ब्राह्मण आहे.

१६६. या जगात जो पाप-पुण्याच्या पार गेला आहे, शोकरहित आहे, निर्मळ आहे, शुद्ध आहे, तोच ब्राह्मण आहे.

१६७. जो चंद्राप्रमाणे शीतल, विमल, शुद्ध आणि स्वच्छ आहे, ज्याची भवतृष्णा संपली आहे, तोच ब्राह्मण आहे.

१६८. जन्म-मरणाच्या फेऱ्यात अडकवणाऱ्या या जगातील मोहस्वरूप उलट्या दुर्गम मार्गाचा ज्याने त्याग केला आहे, जो ध्यानी आहे, स्थिर आहे, संशयरहित आहे, ज्याने स्थिरत्व प्राप्त केले आहे, तोच ब्राह्मण आहे.

१६९. ज्याने मनुष्ययोनीचे सर्व भोग सोडून दिले आहेत, दिव्य भोगांनाही ज्याने सोडून दिले आहे, जो सर्व प्रकारच्या भोगांविषयी अनासक्त आहे, तोच ब्राह्मण आहे.

१७०. ज्याला प्राणिमात्रांचा मृत्यू अथवा त्यांच्या उत्पत्तीविषयी ज्ञान आहे, जो आसक्तिविरहित सुगती प्राप्त बुद्ध आहे, तोच ब्राह्मण आहे.

१७१. भूतकाळ, वर्तमानकाळ आणि भविष्यकाळाविषयी कोणतीही आसक्ती उरलेली नाही, जो संग्रह न करणारा, अपरिग्रह, उपादानरहित आहे, तोच ब्राह्मण आहे.

१७२. जो श्रेष्ठ आहे, वीर आहे, महर्षि आहे, विजेता आहे, स्थिर आहे, पदवीधर आहे, प्रशिक्षित आहे, नित्य आहे, बुद्ध आहे, तोच ब्राह्मण आहे.

❑❑❑

परिशिष्ट

बौद्ध धर्मसार

बौद्ध धर्माचे वर्णन दोन शब्दांत करायचे झाले, तर अभ्यास आणि प्रज्ञायुक्त जागृती असे दोन शब्द वापरता येतील. बौद्ध तत्त्वज्ञान ज्या तीन मूळ सिद्धान्तावर आधारित आहे ते पुढीलप्रमाणे :

अनिश्वरवाद : बुद्ध ईश्वरीय सत्ता मानत नाहीत. त्यांच्या मतानुसार हे जग कार्य आणि कारण याच्या साखळीवर चालते. या साखळीच्या अनेक कड्या आहेत. त्यांना १२ अंगात विभागले गेले आहे. या ब्रह्मांडाचे कोणी संचालन करत नाही, त्याचा कुणीही निर्माता नाही. कारण उत्पत्ती म्हटल्यावर अंतही असतो. पण, या ब्रह्मांडाची उत्पत्ती अथवा विलय नाही, असे बुद्ध मानतात.

अनात्मवाद : अनात्मवाद म्हणजे ज्याला लोक आत्मा मानतात, तोच चेतनेचा अखंड प्रवाह आहे. स्वत:च्या या खऱ्या अस्तित्वाची जाणीव होईपर्यंत आत्मवान होता येत नाही. शरीराच्या मृत्यूनंतर आत्मा महासुषप्तीमध्ये (चिरनिद्रा) हरवतो. त्यामुळे निर्वाणावस्थेतच स्वत:चा खरा बोध, आत्मबोध होतो.

क्षणिकवाद : या ब्रह्मांडात प्रत्येक वस्तू क्षणिक आणि नश्वर आहे. कुठलीही गोष्ट स्थायी नाही. सर्वच परिवर्तनशील आहे. एखादा घोडा, चाक आणि पालखीचे एकत्रित रूप म्हणजे रथ असतो, त्याप्रमाणे शरीर आणि ब्रह्मांड याचे नाते आहे.

भगवान बुद्धांना शांती, बुद्धी आणि जागरूकता यांचे प्रतीक मानले जाते. बुद्धांना समजून घेणे म्हणजे धर्म समजून घेणे. भगवान बुद्धांच्या धर्माला बुद्धीचा धर्म मानले जाते. याची सुरुवात बुद्धीपासून होते, कारण माणूस तिच्याशी परिचित असतो. पण शेवटी बुद्धी उरत नाही, तिथे सर्व विचार संपतात. तिथे केवळ उरतो साक्षी.

बौद्ध संप्रदाय : भगवान बुद्धांच्या जीवितकाळात बौद्ध पंथ अथवा संप्रदाय अस्तित्वात नव्हता. बुद्धांच्या निर्वाणानंतर त्यांच्या भिक्षूंमध्ये मतभेद होऊन दोन भाग झाले. एकास 'हीनयान' आणि दुसऱ्यास 'महायान' म्हणतात. महायान म्हणजे मोठे वाहन अथवा मोठी नौका आणि हिनयान म्हणजे छोटे वाहन अथवा छोटी नौका. हिनयानास थेरवादही म्हणतात. महायानांतर्गत बौद्ध धर्माची आणखी एक तिसरी शाखा होती. झेन, ताओ, शिंतो इत्यादी अनेक बौद्ध संप्रदायही वरील दोन प्रमुख संप्रदायांचाच

भाग मानला जातो.

बौद्ध सण : वैशाख महिन्याच्या शुक्ल पक्षातील पौर्णिमेला बुद्धांचा जन्म झाला. याच दिवशी त्यांना ज्ञानप्राप्ती झाली आणि याच दिवशी बुद्धांनी आपला देहत्याग केला. त्यामुळे या पौर्णिमेला बुद्धजयंती आणि निर्वाणदिन साजरा होतो. त्याचप्रमाणे आषाढ पौर्णिमेचा दिवसही बौद्धांचा प्रमुख सण आहे.

बौद्ध धर्माची प्रमुख तीर्थस्थळे

१. लुम्बिनी : बुद्धांचे जन्मस्थान **२. बोधगया :** जिथे बुद्धांना बोध प्राप्त झाला. **३. सारनाथ :** जिथे बुद्धांनी शिष्यांना दिव्यज्ञान देण्यास सुरुवात केली. **४. कुशीनगर :** जिथे बुद्धांचे महापरिनिर्वाण झाले.

आठ शुभ चिन्हे

१. **श्वेत शंख :** हा शंख अज्ञानातून बाहेर पडून चांगली कर्मे करण्याची आणि इतरांचे कल्याण करण्याची प्रेरणा देतो.
२. **विजय ध्वज :** हे जीवनातील शारीरिक, मानसिक आणि अन्य अडथळ्यांवर मात केल्याचे, विजय मिळवल्याचे प्रतीक आहे. याला बौद्ध धर्माच्या सिद्धान्तांच्या विजयाचे प्रतीक मानले जाते.
३. **सुवर्ण मत्स्य :** ज्याप्रमाणे मासा निश्चिंतपणे पोहतो, त्याप्रमाणे सर्व जिवांनी निर्भयपणे जीवन जगण्याचे हे प्रतीक आहे.
४. **पवित्र छत्री :** आजारपण, संकट आणि सर्व प्रकारच्या विनाशकारी शक्तींपासून माणसाला सुरक्षित ठेवण्यासाठीचे हे प्रतीक आहे. कडक उन्हात सावलीचा आनंद मिळवण्याचेही हे प्रतीक आहे.
५. **धर्मचक्र :** बुद्धांनी आपल्या उपदेशांमध्ये जे सिद्धान्त सांगितले आहेत, त्या बौद्ध धर्मातील सर्व सिद्धान्तांचे हे प्रतीक आहे. निरंतर विकासाचा संदेश हे प्रतीक देते.
६. **शुभ आकृती :** धार्मिक आणि भौतिक जीवनाच्या परस्परसंबंधांचे हे प्रतीक आहे. बौद्ध धर्माच्या अष्टांगिक मार्गाविषयीचे संकेत याद्वारे मिळतात.
७. **कमळ :** बौद्ध धर्मात कमळाच्या फुलाला खूप महत्त्व आहे. ते शरीर, वाचा आणि मन यांच्या शुद्धीकरणाचे प्रतीक आहे.
८. **शुभ कलश :** शुभ कलश दीर्घायुष्य, सुख-संपत्ती, आनंद, अखंड समृद्धीच्या वर्षावाचे प्रतीक मानले जाते. ❑❑❑

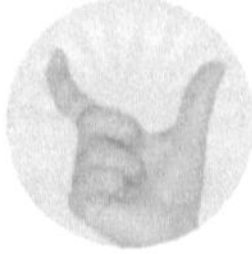

स्वीकार मंत्र मुद्रा

सरश्री : एक अल्प परिचय

सरश्रींचा आध्यात्मिक शोधाचा प्रवास त्यांच्या बालपणापासूनच सुरू झाला होता. हा शोध सुरू असताना त्यांनी अनेक प्रकारच्या पुस्तकांचा अभ्यास केला. त्याचबरोबर आपल्या आध्यात्मिक शोधात मग्न राहून त्यांनी अनेक ध्यानपद्धतींचा अभ्यास केला. त्यांच्या या शोधाने त्यांना अनेक वैचारिक आणि शैक्षणिक संस्थांमध्ये जाण्यासाठी प्रेरित केले. तरीही अंतिम सत्यापासून ते अद्याप दूरच होते.

सत्यप्राप्तीच्या शोधासाठी जास्तीत जास्त वेळ देता यावा, या तीव्र इच्छेने त्यांना, ते करत असलेले अध्यापनाचे कार्य थांबवण्यास प्रवृत्त केले. जीवनाचे रहस्य समजण्यासाठी त्यांनी बराच काळ मनन करून आपले शोधकार्य सातत्याने सुरू ठेवले. या शोधाच्या शेवटी त्यांना 'आत्मबोध' प्राप्त झाला. आत्मसाक्षात्कारानंतर त्यांना जाणवले, की अध्यात्मातील प्रत्येक मार्ग ज्या एका कडीने जोडलेला आहे, ती कडी आहे 'समज' (Understanding).

सरश्री म्हणतात, 'सत्यप्राप्तीच्या सर्व मार्गांचा आरंभ वेगवेगळ्या प्रकारे होतो, परंतु सर्वांच्या शेवटी मात्र एकच समज प्राप्त होते. ही 'समज'च सर्व काही असून, ती स्वतःच स्वतःत परिपूर्ण आहे. आध्यात्मिक ज्ञानप्राप्तीकरिता या 'समजे'चे श्रवणसुद्धा पुरेसे आहे.' हीच 'समज' प्रदान करण्यासाठी सरश्रींनी 'तेजज्ञान फाउंडेशन'ची निर्मिती केली. तेजज्ञान ही आत्मविकासातून आत्मसाक्षात्कार प्राप्त करण्याची परिपूर्ण ज्ञानप्रणाली आहे.

सरश्रींनी अडीच हजारांहून अधिक प्रवचने दिली आहेत आणि शंभरपेक्षा जास्त पुस्तकांची रचना केली आहे. ही पुस्तके दहाहून अधिक भाषांमध्ये अनुवादित केली गेली असून पेंग्विन बुक्स, हे हाउस पब्लिशर्स, जयको बुक्स, हिंद पॉकेट बुक्स, मंजुल पब्लिशिंग हाउस, प्रभात प्रकाशन, राजपाल ॲण्ड सन्स इत्यादी प्रमुख प्रकाशन संस्थांद्वारे प्रकाशित केली गेली आहेत. सरश्रींच्या मार्गदर्शनाने लाखो लोकांच्या जीवनात परिवर्तन घडले आहे. तसेच, संपूर्ण विश्वाची चेतना वाढवण्यासाठी त्यांनी कित्येक सामाजिक कार्यांची सुरुवातही केली आहे.

तेजज्ञान फाउंडेशन परिचय

तेजज्ञान फाउंडेशन हा आत्मविकासातून आत्मसाक्षात्कार प्राप्त करण्याचा एक प्रभावी मार्ग आहे. यासाठी सरश्रींद्वारा एक अनोखी बोधप्रणाली (System for Wisdom) निर्माण करण्यात आली आहे. या प्रणालीला आंतरराष्ट्रीय प्रमाणपत्र ISO 9001:2008 चे निकष पडताळून आणि त्यांच्या मार्गदर्शक सूचनांनुसार सरळ, व्यावहारिक आणि प्रभावी बनवले गेले आहे.

या संस्थेच्या प्रबोधनपद्धतीच्या भिन्नभिन्न पैलूंना (शिक्षण, निरीक्षण आणि गुणवत्ता) स्वतंत्र गुणवत्ता परीक्षकांद्वारे (Quality Auditors) क्रमबद्ध पद्धतीने पडताळले गेले आणि त्यानंतर या पैलूंना ISO 9001:2008 साठी पात्र समजून या बोधपद्धतीला हे प्रमाणपत्र प्रदान करण्यात आले आहे.

या फाउंडेशनचे उद्दिष्ट आहे आपणास नकारात्मक विचारांकडून सकारात्मक विचारांकडे अग्रेसर करणे. सकारात्मक विचारांकडून शुभ विचारांकडे म्हणजे हॅपी थॉट्सकडे (विधायक आणि आनंदी विचारांकडे) प्रगती. शुभ विचारांकडून निर्विचार अवस्थेकडे मार्गक्रमण आणि निर्विचार अवस्थेच्या अंती आत्मसाक्षात्कार प्राप्ती शक्य आहे. 'मी सर्व विचारांपासून मुक्त व्हावे' हा विचार म्हणजे शुभ विचार (हॅपी थॉट्स) आणि 'मी सर्व इच्छांतून मुक्त व्हावे', अशी इच्छा म्हणजे शुभ इच्छा.

'ज्ञान' या शब्दाचा अर्थ सामान्य ज्ञान असा होतो; परंतु तेजज्ञान म्हणजे ज्ञान व अज्ञान या दोहोंच्या पलीकडचे ज्ञान. पुष्कळ लोक सामान्य ज्ञानाच्या (General Knowledge) माहितीलाच ज्ञान मानतात; परंतु अस्सल ज्ञान आणि नुसती माहिती यांत फार मोठे अंतर आहे. आजमितीला लोक सामान्य ज्ञानाच्या उत्तरांनाच जास्त महत्त्व देतात. अशा ज्ञानाचे विषय म्हणजे कर्म आणि भाग्य, योग आणि प्राणायाम, स्वर्ग आणि नरक इत्यादी. आजच्या युगात सामान्यज्ञान प्राप्त करणारे लोक, आणि असा उपदेश करणारे शिक्षक मोठ्या प्रमाणावर आहेत; परंतु अशा ज्ञानाच्या प्राप्तीने जीवनात काही महत्त्वाचे परिवर्तन घडून येत नाही. असे ज्ञान म्हणजे केवळ बुद्धिविलास आहे किंवा अध्यात्माच्या नावावर चाललेला बुद्धीचा व्यायाम आहे.

सर्व समस्यांवरील उपाय आहे तेजज्ञान. क्रोध, चिंता आणि भय यांपासून मुक्त जीवन म्हणजे तेजज्ञान. शारीरिक, मानसिक, सामाजिक, आर्थिक आणि आध्यात्मिक

प्रगतीचा, सर्वांगीण प्रगतीचा मार्ग आहे तेजज्ञान. तेजज्ञान आपल्या अंतरंगात आहे. इथे या आणि या गोष्टीचा अनुभव घ्या.

आपल्याला असे ज्ञान हवे असेल, जे सामान्य ज्ञानापलीकडे आहे, जे प्रत्येक समस्येवरील उत्तर आहे, जे सर्व प्रकारच्या गृहीत धारणांपासून आपल्याला मुक्त करते, ईश्वरी साक्षात्कार घडवते, जे आपणास अंतिम सत्यात स्थापित करते, तर आता वेळ आली आहे शाब्दिक सामान्यज्ञानातून बाहेर पडून तेजज्ञानाचा अनुभव घेण्याची!

आजवर जपतप, तंत्र-मंत्र, कर्म-भाग्य, ध्यान-ज्ञान, योग-भक्ती असे अनेक मार्ग अध्यात्मात सांगितले गेले आहेत. या सर्व मार्गांनी प्राप्त होणारी अंतिम समज, अंतिम ज्ञान, बोध एकच आहे. अंतिम सत्याच्या जिज्ञासूला, साधकाला शेवटी जी एकच 'समज' प्राप्त होते, ती 'समज' श्रवणानेसुद्धा प्राप्त होऊ शकते. अशा समजप्राप्तीसाठी श्रवण करणे यालाच तेजज्ञान प्राप्त करणे म्हटले गेले आहे. तेजज्ञानाच्या श्रवणाने सत्याचा साक्षात्कार घडतो, ईश्वरी अनुभव मिळतो. हेच तेजज्ञान सरश्री महाआसमानी शिबिरात प्रदान करतात.

तेजज्ञान फाउंडेशनच्या मुख्य शाखा

- **पुणे सेंटर : (रजिस्टर्ड पत्ता)**
  विक्रांत कॉम्प्लेक्स, तपोवन मंदिराजवळ, पिंपरी, पुणे ४११ ०१७
  दूरध्वनी : ०२०-२७४१ १२४०, २७४१ २५७६
- मनन आश्रम, पुणे : सर्व्हे क्रमांक ४३, सणसनगर, नांदोशी गाव, किरकटवाडी फाटा, तालुका हवेली, जिल्हा पुणे ४११ ०२४
  दूरध्वनी : ०२०-२४३२ १९२५, भ्रमणध्वनी : ०९९२१० ०८०६०

तेजज्ञान इंटरनेट रेडिओ

तेजज्ञान इंटरनेट रेडिओद्वारे २४ तास ३६५ दिवस,
सरश्रींच्या प्रवचन आणि भजनांचा लाभ घ्या. त्यासाठी पाहा लिंक
http://www.tejgyan.org internetradio.aspx

नम्र निवेदन

विश्वशांतीसाठी लाखो लोक दररोज सकाळी आणि रात्री ९.०९ मिनिटांनी प्रार्थना करत आहेत. कृपया, आपणही यामध्ये सहभागी व्हावे.

महाआसमानी शिबिर (निवासी)

तुम्हांला सर्वोच्च आनंद हवा आहे? असा आनंद, जो कोणत्याही बाह्य कारणावर अवलंबून नाही... जो प्रत्येक क्षणी वृद्धिंगत होतो. या जीवनात तुम्हांला प्रेम, विश्वास, शांती, समृद्धी आणि परमसंतुष्टी हवी आहे का? शारीरिक, मानसिक, सामाजिक, आर्थिक आणि आध्यात्मिक अशा आयुष्याच्या सर्व स्तरांवर यशस्वी होण्याची तुमची इच्छा आहे का? 'मी कोण आहे' हे तुम्हांला अनुभवाने जाणावेसे वाटते का?

तुमच्या अंतर्यामी अशा सर्व प्रश्नांची उत्तरे जाणण्याची इच्छा आणि 'अंतिम सत्य' प्राप्त करण्याची तृष्णा असेल, तर तेजज्ञान फाउंडेशनतर्फे आयोजित 'महाआसमानी शिबिरा'त तुमचे स्वागत आहे. हे शिबिर आजच्या युगातील आध्यात्मिक गुरू सरश्री यांच्या मार्गदर्शनावर आधारित आहे. सरश्री आजच्या लोकभाषेत अत्यंत सहजपणे आध्यात्मिक समज प्रदान करतात.

महाआसमानी शिबिराचा उद्देश

विश्वातील प्रत्येक मनुष्याने 'मी कोण आहे', या प्रश्नाचे उत्तर जाणून तो सर्वोच्च आनंदाच्या अवस्थेत स्थापित व्हावा, हाच या शिबिराचा मुख्य उद्देश आहे. प्रत्येकाला असे ज्ञान प्राप्त व्हावे, जेणेकरून त्याने प्रत्येक क्षणी वर्तमानात जगण्याची कला आत्मसात करावी. तो भूतकाळाचे ओझे आणि भविष्याची चिंता यांतून मुक्त व्हावा. प्रत्येकाच्या आयुष्यात कधीही न संपणारा आनंद आणि योग्य समज यावी. शिवाय, प्रत्येकाने समस्या विलीन करण्याची कला आत्मसात करावी. थोडक्यात, मनुष्यजन्माचा उद्देश सफल व्हावा, हाच या शिबिराचा उद्देश आहे. 'मी कोण आहे? मी इथे का आहे? मोक्ष म्हणजे काय? या जन्मातच मोक्षप्राप्ती शक्य आहे का?' असे प्रश्न जर तुमच्या मनात असतील, तर त्यांवरील उत्तर आहे -'महाआसमानी शिबिर'.

महाआसमानी शिबिराचे मुख्य लाभ

वास्तविक या शिबिराचे लाभ तर असंख्य आहेत; पण त्यांपैकी मुख्य लाभ पुढीलप्रमाणे

- जीवनात शक्तिशाली ध्येय निश्चित होते
- 'मी कोण आहे' हे अनुभवाने जाणता येते (सेल्फ रियलायजेशन)
- मनाचे सर्व विकार विलीन होतात.
- भय, चिंता, क्रोध, बोरडम, मोह, तणाव या नकारात्मक बाबींतून मुक्ती
- प्रेम, आनंद, मौन, समृद्धी, संतुष्टी, विश्वास अशा दिव्य गुणांशी युक्ती
- साधे, सरळ पण शक्तिशाली जीवन जगता येते
- प्रत्येक समस्येचे निराकरण करण्याची कला प्राप्त होते
- 'प्रत्येक क्षणी वर्तमानात जगणे' हा तुचा स्वभाव बनतो
- आपल्यातील सर्व सकारात्मक शक्यता खुलतात
- याच जीवनात मोक्षप्राप्ती होते

महाआसमानी शिबिरात सहभागी कसे व्हाल?

या शिबिरात सहभागी होण्यासाठी तुम्हांला पुढील बाबींची पूर्तता करायची आहे -

१. तुमचे वय कमीत कमी अठरा किंवा त्यापेक्षा अधिक असायला हवे.

२. सर्वप्रथम तुम्हांला 'सत्य-स्थापना' (फाउंडेशन ट्रुथ रिट्रीट) शिबिरात सहभागी व्हावे लागेल. या शिबिरात, तुम्ही प्रामुख्याने दोन बाबी शिकाल - प्रत्येक क्षणी वर्तमानात जगण्याची कला कशी आत्मसात करावी आणि निर्विचार अवस्था कशी प्राप्त करावी.

३. प्राथमिक स्तरावर तुम्हांला काही प्रवचने ऐकायची असून, त्यांतून तुम्ही मूलभूत समज आत्मसात कराल आणि महाआसमानी शिबिरात प्रवेश करण्यासाठी तयार व्हाल.

महाआसमानी शिबिर वर्षभरात तीन-चार वेळा आयोजित केले जाते. यात हजारो सत्यशोधक सहभागी होतात. महाआसमानी शिबिराची पूर्वतयारी तुम्ही तेजज्ञान फाउंडेशनच्या नजीकच्या सेंटरवरही करू शकता. महाराष्ट्रात अहमदनगर, सातारा, औरंगाबाद, नाशिक, नागपूर, वर्धा, अमरावती, चंद्रपूर, यवतमाळ, कोल्हापूर, सांगली, रत्नागिरी, लातूर, बीड, नांदेड, परभणी, पनवेल, मुंबई, ठाणे, सोलापूर, पंढरपूर, जळगाव, अकोला, बुलढाणा, धुळे, भुसावळ आणि महाराष्ट्राबाहेर सुरत, अहमदाबाद, बडोदा, नवी दिल्ली, बंगळुरू, बेळगाव, धारवाड, रायपूर, भुवनेश्वर, कोलकाता, रांची, लखनौ, कानपूर, चंदीगढ, जयपूर, चेन्नई, पणजी, म्हापसा, भोपाळ, इंदोर, इटारसी, हरदा, विदिशा, बऱ्हाणपूर या ठिकाणी महाआसमानी शिबिराची पूर्वतयारी करू शकता.

तेजज्ञान फाउंडेशनमध्ये उपलब्ध असणाऱ्या सरश्री लिखित पुस्तकांचे वाचन करून किंवा सरश्रींच्या प्रवचनांच्या सीडीज ऐकूनही तुम्ही या शिबिराची पूर्वतयारी करू शकता. याशिवाय, तुम्ही टीव्ही, रेडिओ किंवा यू-ट्युबवरील सरश्रींच्या प्रवचनांचा लाभही घेऊ शकता. पण लक्षात घ्या, पुस्तकांतील ज्ञान, सीडी, टीव्ही, रेडिओ आणि यू-ट्युबवरील प्रवचने म्हणजे 'तेजज्ञानाची तोंडओळख' आहे; 'संपूर्ण तेजज्ञान' मुळीच नाही. तुम्ही महाआसमानी शिबिरात सहभागी होऊनच तेजज्ञानाचा आनंद घेऊ शकता. तेव्हा आगामी महाआसमानी शिबिरात सहभागी होण्यासाठी आजच संपर्क करा - ०९९२१००८०६०/ ७५, ९०११०१३२०८

महाआसमानी शिबिरस्थान

हे शिबिर पुण्यातील मनन आश्रम इथे आयोजित केले जाते. इथे तुमच्या निवासाची आणि भोजनाची व्यवस्था केली जाते. तुम्हांला काही शारीरिक व्याधी असतील आणि त्यासाठी जर तुम्ही नियमितपणे औषधे घेत असाल, तर शिबिरात येताना ती सोबत बाळगावीत. शिवाय, वातावरणानुसार गरम कपडे, स्वेटर, ब्लँकेटही आणावे. पुणे शहरापासून १७ किलोमीटर अंतरावर निसर्गरम्य परिसरात मनन आश्रम वसलेला आहे. आश्रमात महिला आणि पुरुष यांच्या निवासाची स्वतंत्र व्यवस्था असून, इथे जवळपास ८०० लोकांच्या राहण्याची व्यवस्था आहे. आपण हवाईमार्ग, हायवे किंवा रेल्वे अशा कोणत्याही मार्गाने पुण्यात येऊ शकता.

मनन आश्रम :

मनन आश्रम, पुणे, सर्व्हे नं. ४३, सणस नगर, नांदोशी गाव, किरकटवाडी फाटा, तालुका हवेली, जिल्हा पुणे- ४११०२४. फोन : ०९९२१००८०६०

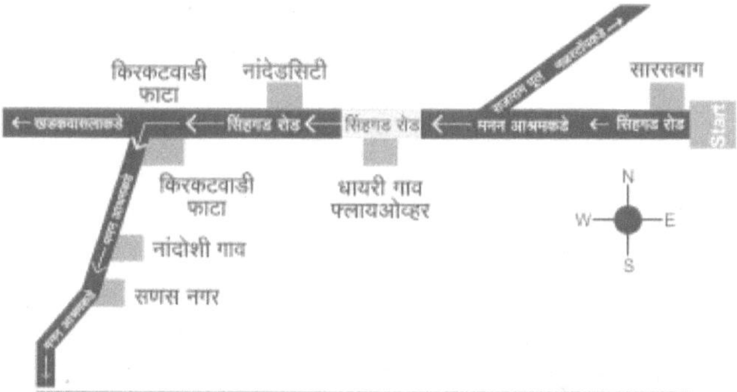

आता एका क्लिकवर शिबिराची नोंदणी!

आता तुम्ही पुढील शिबिरांसाठी **ऑनलाइन** नोंदणी करू शकता.

महाआसमानी शिबिर (५ दिवसीय निवासी शिबिर)

मॅजिक ऑफ अवेकनिंग (केवळ इंग्रजी भाषिकांसाठी ३ दिवसीय महाआसमानी शिबिर)

आध्यात्मिक नींव स्थापना (किशोरवयीन मुलांसाठी मिनी महाआसमानी निवासी शिबिर)

www.tejgyan.org

बेस्टसेलर पुस्तक 'विचार नियम'चे रचनाकार सरश्री यांची अन्य श्रेष्ठ पुस्तके

१. **आध्यात्मिक विकास साधण्यासाठी या पुस्तकांचा अवश्य लाभ घ्यावा :**
- जीवनाची दोन टोकं : ध्यान आणि धन
- मांजर आडवं गेले तर : चुकीच्या धारणांतून मुक्ती
- अंतर्मनाच्या शक्तीपलीकडील आत्मबळ
- ध्यान दीक्षा : ध्यानाचे दान : 'स्व' साक्षीचे ज्ञान
- ध्याननियम : आध्यात्मिक उन्नतीचा दिव्यमार्ग
- मृत्यू उपरांत जीवन : मृत्यू मोका की धोका
- मृत्यू अंत नव्हे वाटचाल... पारटूचे रहस्य
- ईश्वर कोण मी कोण : आत्मसाक्षात्काराचा मार्ग
- तुझी इच्छा तीच माझी इच्छा : भक्ती वरदान

२. **स्व-विकासासाठी या पुस्तकांचा लाभ घ्यावा :**
- विचार नियम : आपल्या यशाचे रहस्य
- विकास नियम : आत्मसंतुष्टीचे रहस्य
- सन ऑफ बुद्धा या कथेतून जाणा : मुलांचा विकास कसा करावा?
- आळसावर मात : उत्साही जीवनाची सुरुवात
- आत्ममनोबल प्राप्त करण्याच्या सात शक्ती : मनासारखं लक्ष्य कसं प्राप्त कराल?
- स्वसंवाद एक जादू : आपला रिमोट कंट्रोल कसा प्राप्त करावा?
- बोरडम, मोह, अहंकार यांपासून मुक्ती : सूक्ष्म विकारांवर विजय
- रचनात्मक विचारसूत्र : नावीन्यपूर्ण विचारांद्वारे जीवन बदलण्याचा मार्ग
- महापुरुषांच्या लेखणीतून...
- सुगंध नात्यांचा : सोनेरी नियमाची किमया

३. **युवकांनी या पुस्तकांचा लाभ घ्यावा :**
- स्वामी विवेकानंद : भारतातील गुरू-शिष्य परंपरेची मशाल
- आजच्या युवा पिढीसाठी : विचार नियम फॉर यूथ
- नींव नाइन्टी फॉर टीन्स : बेस्ट कसे बनाल?
- श्रीरामांकडून काय शिकाल : नवरामायण फॉर टीन्स

४. **या पुस्तकांद्वारे प्रत्येक समस्येचे समाधान प्राप्त करा**
- स्वीकाराची जादू : त्वरित आनंद कसा प्राप्त करावा?
- भय, चिंता आणि क्रोध यांपासून : मुक्ती

५. **या आध्यात्मिक कादंबऱ्यांद्वारे जीवनाचे गूढ रहस्य जाणा**
- योग्य कर्मांद्वारे यशप्राप्ती : सन ऑफ बुद्धा
- शोध स्वत:चा : In Search of Peace
- पृथ्वी लक्ष्य : मृत्यूचे महासत्य
- दु:खात खूश राहण्याची कला : संवाद गीता

www.ingramcontent.com/pod-product-compliance
Lightning Source LLC
LaVergne TN
LVHW040745051026
849519LV00007BA/2443
* 9 7 8 9 3 8 6 2 0 4 5 2 3 *